D1772204

ஜீவிய சரித்திர சுருக்கம்

ஜீவிய சரித்திர சுருக்கம்
இரட்டைமலை ஆர். சீனிவாசன் (1860–1945)

செங்கல்பட்டு அருகேயுள்ள கோழியாளம் கிராமத்தில் பிறந்து கோயம்புத்தூரில் படிப்பை முடித்த இரட்டைமலை சீனிவாசன் தமிழக முன்னோடி தலித் தலைவர். 1892ஆம் ஆண்டு பறையர் மகாஜன சபை என்கிற அமைப்பை நிறுவிய அவர் 1893ஆம் ஆண்டு *பறையன்* என்னும் வார இதழைத் தொடங்கி ஏழாண்டுகள் நடத்தினார். 1923 முதல் 1938 வரை சென்னை மாகாணச் சட்ட மேலவை உறுப்பினராக இருந்து ஒடுக்கப்பட்டோர் நோக்கில் பல்வேறு தீர்மானங்களைக் கொணர்ந்தார். அம்பேத்கரோடு இணைந்து, லண்டனில் நடைபெற்ற வட்டமேஜை மாநாட்டில் கலந்துகொண்டு பூனா ஒப்பந்தத்தில் (1932) தாழ்த்தப்பட்டோர் சார்பில் ஒருவராகக் கையெழுத்திட்டார்.

ஸ்டாலின் ராஜாங்கம் (பி. 1980)
பதிப்பாசிரியர்

திருவண்ணாமலை மாவட்டம், செங்கம் வட்டம், முன்னூர் மங்கலத்தைச் சேர்ந்த ஸ்டாலின் ராஜாங்கம் மதுரை அமெரிக்கன் கல்லூரி, தமிழ்த் துறையில் உதவிப் பேராசிரியர். தமிழ்ச் சமூக வரலாறு, பண்பாடு தொடர்பாகக் களஆய்வு செய்தும் எழுதியும் வருபவர். அயோத்திதாசர் குறித்து முனைவர் பட்ட ஆய்வு மேற்கொண்டவர். காலச்சுவடு ஆசிரியர் குழு உறுப்பினர்.

மின்னஞ்சல்: stalinrajangam@gmail.com

அன்பார்ந்த வாசகருக்கு,

வணக்கம்.

காலச்சுவடு நூலை வாங்கியமைக்கு நன்றி.

நூலின் உள்ளடக்கம், உருவாக்கம், அட்டைப்படம் இன்ன பிற அம்சங்கள் பற்றிய உங்கள் கருத்துகளையும் ஆலோசனைகளையும் காலச்சுவடு வரவேற்கிறது. தகவல், எழுத்து, வாக்கியப் பிழைகள் தென்பட்டால் அவசியம் தெரிவித்து உதவுங்கள். நூல் தயாரிப்பில் கடும் குறைபாடு இருப்பின் மாற்றுப் பிரதி உங்களுக்குக் கிடைக்கக் காலச்சுவடு ஏற்பாடு செய்யும்.

மின்னஞ்சல்: *publisher@kalachuvadu.com*

காலச்சுவடு நாகர்கோவில் அலுவலகத்திற்குக் கடிதம் அனுப்பலாம்.

தங்கள்
எஸ்.ஆர். சுந்தரம் (கண்ணன்)
பதிப்பாளர் — நிர்வாக இயக்குநர்

Unauthorised use of the contents of this published book, whether in e-book or hardcopy format, for any type of Artificial Intelligence (AI) training — including but not limited to Machine Learning, Deep Learning, Natural Language Processing, Computer Vision, Chatbot Training, Image Recognition Systems, Recommendation Engines, and Language Models — is strictly prohibited without prior licensing from the publisher. Any such unauthorised use may result in legal action.

இரட்டைமலை ஆர். சீனிவாசன்

ஜீவிய சரித்திர சுருக்கம்

பதிப்பாசிரியர்
ஸ்டாலின் ராஜாங்கம்

காலச்சுவடு பதிப்பகம்

இந்நூலின் முதல் பதிப்பு ஆண்டு தெரியவில்லை. இந்தப் பதிப்பு 'தலித் சாகித்ய அகாடமி' வெளியிட்ட பதிப்பை (1999) அடியொற்றி உருவாக்கப்பட்டுள்ளது.

ஜீவிய சரித்திர சுருக்கம் ♦ தன்வரலாறு ♦ ஆசிரியர்: இரட்டைமலை ஆர். சீனிவாசன் ♦ பதிப்பாசிரியர்: ஸ்டாலின் ராஜாங்கம் ♦ பதிப்பும் அமைப்பும் © ஸ்டாலின் ராஜாங்கம் ♦ காலச்சுவடு முதல் பதிப்பு: ஏப்ரல் 2017, ஒன்பதாம் பதிப்பு: ஜூன் 2025 ♦ வெளியீடு: காலச்சுவடு பப்ளிகேஷன்ஸ் (பி) லிட்., 669, கே. பி. சாலை, நாகர்கோவில் 629001

jiiviya carittira curukkam ♦ Autobiography ♦ Author: Erattaimalai R. Srinivasan ♦ Compiler: Stalin Rajangam ♦ Introduction and editorial arrangement © Stalin Rajangam ♦ Language: Tamil ♦ Kalachuvadu First Edition: April 2017, Nineth Edition: June 2025 ♦ Size: Demy 1 x 8 ♦ Paper: 18.6 kg maplitho ♦ Pages: 104

Published by Kalachuvadu Publications Pvt. Ltd., 669 K.P. Road, Nagercoil 629001, India ♦ Phone: 91-4652-278525 ♦ e-mail: publications @kalachuvadu.com ♦ Printed at Adyar Students xerox Pvt. Ltd., No. 275 Habibullah Road, Triplicane high Road, Opp Triplicane Post Office, Triplicane, Chennai 600005

ISBN: 978-93-5244-093-1

06/2025/S.No. 768, kcp 5850, 18.6 (9) uss

பதிப்புரை

தாழ்த்தப்பட்டோரின் நவீன அரசியல் செயற்பாட்டு முன்னோடிகளில் முதன்மையானவர் இரட்டைமலை சீனிவாசன் (1860–1945). முழு வாழ்க்கையை அல்லாமல் தன் அரசியல் வாழ்வின் முக்கியமான நிகழ்ச்சிகளை மட்டும் தொகுத்துச் சுருக்கமாக அவர் எழுதிய தன்வரலாறுதான் 'ஜீவிய சரித்திர சுருக்கம்.' தமிழகத் தாழ்த்தப்பட்டோரின் அரசியல் செயற்பாடுகள் பற்றிய நூறாண்டுகளுக்கும் மேலான தரவுகள் தேடியெடுக்கப்பட்டுத் தமிழ்ச் சமூக அரசியல் வரலாறு பற்றிய புதிய பார்வைகள் மேலோங்கிவரும் பின்னணியில் இந்நூல் இப்போது பதிப்பிக்கப்படுகிறது.

தமிழக அரசியல் வரலாறு என்ற அளவில் மட்டுமல்லாது தலித் அரசியல் வரலாறு என்ற அளவிலும் இந்நூல் முக்கியமானது. 19ஆம் நூற்றாண்டின் கடைசி இருபதாண்டுகளிலிருந்து தலித்துகளின் அரசியல் முயற்சிகள் பற்றிய நேரடித் தரவுகள் குறிப்புகளாகவும் இதழ்களாகவும் விண்ணப்பங்களாகவும் கிடைக்கின்றன. அவற்றைக் காலனிய ஆவணங்கள் உள்ளிட்ட பிற பதிவுக ளோடு சேர்த்துப் புரிந்துகொள்ள முடிகிறதே ஒழிய அவற்றை முழுத் தகவல்கள் என்று கூற முடியவில்லை. குறிப்பாக, அக்காலகட்டத்தில் செயற்பட்ட தலைவர்கள் பற்றி வெகுசில பதிவுகள் கிடைக்கின்றனவே ஒழிய, அவர்களின் வாழ்வினூடாக வரலாற்றை அறுதியிடுவதற்கென எந்தத் தலைவருக்கும் முழுமையான வரலாறு கிடைக்கவில்லை. இரட்டைமலை சீனிவாசனுக்கு

முன்பே சமூகப்பணிக்கு வந்து அவருக்கு முன்னரே மரணம் அடைந்த அயோத்திதாசரின் எழுத்துகள் கிடைத்தும்கூட அவற்றில் அவருடைய சொந்த வாழ்க்கைப் பற்றிய பதிவுகள் அரிதாகவே காணப்படுவதால் அவருடைய வாழ்க்கை பற்றிய முழுச் சித்திரத்தை அறிய முடியவில்லை. எனவே, தலித் தலைவர்களின் செயல்பாடுகளை – சிந்தனைகளை அறியமுடிகிற அளவிற்கு அவை உருவாகி வந்த பின்னணியை அறியமுடிவதில்லை. அந்தவகையில் இரண்டு பேருக்கு மட்டுமே ஓரளவு வாழ்க்கைக் குறிப்புகள் கிடைக்கின்றன. அவர்களுள் முதலாமவர் எம்.சி. ராஜா (1883–1945). ஆனால், அந்த வாழ்க்கை வரலாறும்கூட அவரால் எழுதப்படவில்லை. எம்.சி. ராஜாவின் மாணவரான ஜெ. சிவசண்முகம் பிள்ளை 'The Life, Select Writings and Speeches of Rao Bahadur M.C. Rajah, M.L.A.' என்ற நூலை ஆங்கிலத்தில் எழுதினார். 1930ஆம் ஆண்டில் எழுதப்பட்ட இந்நூலுக்குப் பிறகு எம்.சி. ராஜா பதினைந்து ஆண்டுகள் வாழ்ந்தார். அவர் அரசியல் பயணத்தின் முக்கியமான தருணங்கள் இந்நூல் எழுதப்பட்டதற்குப் பின்னர் 1930களிலேயே நடந்தன. அவையெல்லாம் சிவசண்முகம் பிள்ளையின் நூலில் இடம்பெறவில்லை. அந்த வகையில் அந்நூலைக்கூட எம்.சி. ராஜா பற்றிய முழுச்சித்திரம் என்று கூறமுடியாது.

நேரடி வாழ்க்கைக் குறிப்பு தெரியவரும் மற்றொரு தலைவர் இந்த நூலாசிரியரான இரட்டைமலை சீனிவாசன்தான். நற்பேறாக இவரின் வரலாற்றை இவரே எழுதியும்விட்டார். அவ்வாறு எழுதப்பட்ட நூல்தான் இந்தத் தன்வரலாறு. ஒடுக்கப்பட்ட செயற்பாட்டாளர்களிலேயே சீனிவாசன் மட்டுமே தன்வரலாறு எழுதியிருக்கிறார். அந்தவகையில் தமிழின் முதல் தலித் சுயசரிதை நூல் இது என்று கூறலாம். முதுமையை எட்டியதால் செயற்பாடுகள் குறையத் தொடங்கிய ஆண்டுகளில் இந்நூலை அவர் எழுதியிருக்கிறார். எழுதிய ஆண்டை அவர் குறிப்பிடவில்லையென்றாலும் காட்டப்படும் நிகழ்வுகளின் காலத்தை வைத்து 1939ஆம் ஆண்டு இந்நூலை எழுதியிருக்க வேண்டும் என்று உறுதிப்படுத்த முடிகிறது. ஏறக்குறைய இதே காலத்தில்தான் தன் இளம் வாழ்க்கையின் சில தருணங்களைத் தேர்ந்தெடுத்து 'விசாவுக்காகக் காத்திருத்தல்' (Waiting for Visa) என்கிற பெயரில் அம்பேத்கர் எழுதியதை ரவிக்குமார் ஒப்பிட்டுக் காட்டியிருக்கிறார். ஏறக்குறைய இரண்டு சுயசரிதை முயற்சிகளும் ஒரே காலத்தில் நடந்துள்ளன. இந்நூல் எழுதப்பட்டதற்குப் பிறகு (1939) அரசியல் செயற்பாடுகளில் அரிதாகவே தோன்றியிருக்கிற சீனிவாசன் ஆறு ஆண்டுகள் கழிந்து (1945) காலமானார். அந்த

வகையில் அவர் வாழ்க்கையின் தொண்ணூற்றைந்து சதவிகிதப் பதிவுகள் இந்நூலில் இருக்கின்றன.

எனினும், இந்நூலில் தன் வாழ்க்கையை அங்குலம் அங்குலமாகச் சீனிவாசன் விவரிக்கவில்லை. நாம் அவரைப் பற்றி கேள்விப்பட்டிருக்கிற செய்திகளோ பிற நூல்களில் குறிப்புகளாகக் கிடைக்கும் பதிவுகளோகூட இந்நூலில் இல்லாமல் இருக்கின்றன. இது அவர் அரசியல் வாழ்வின் தேர்ந்தெடுக்கப்பட்ட சிற்சில பதிவுகளின் தொகுப்பு. தன் அரசியல் பயணத்தில் சாதனைகளாக அவர் கருதிய மசோதாக்கள், கூட்டங்கள், விண்ணப்பங்கள், தலையீடுகள், பெற்ற பட்டங்கள், கொண்டிருந்த தொடர்புகள், விவாதங்கள் ஆகியவற்றைப் பதிவு செய்திருக்கிறார். இத்தகவல்களின் ஊடாக அவரின் கருத்தாக்கங்களையும் அறியமுடிகிறது. அந்த வகையில், இது முழுமையான அரசியல் பிரதி. அரசியல் பிரதியென்பதாகத் திட்டமிட்டு எழுதியிருப்பதால் அரசியல் அல்லாத சொந்த வாழ்க்கை பற்றிய செய்திகள் மட்டுமல்லாது அதற்கான மொழி நடையும்கூட இவற்றில் அமைந்திருக்கவில்லை. அதேவேளையில், ஒரு விசயத்தை விவரிப்பதற்கான அளவும் நடையும் கச்சிதமாக அமைந்திருக்கின்றன.

இரட்டைமலை சீனிவாசனின் நேரடி அரசியல் செயல்பாடுகள் நீலகிரியிலிருந்து சென்னைக்குத் திரும்பிய 1890களிலிருந்துதான் தொடங்கியிருக்கின்றன. பொதுவாக, நீலகிரியில் இருந்த காலத்திலேயே இதற்கான அடித்தளம் இடப்பட்டிருந்தது என்பதை இந்த நூல் மூலம் அறிகிறோம். குறிப்பாக, 1880களின் தொடக்கத்திலேயே நீலகிரியில் பிரம்மஞான சபையின் பிளாவாட்ஸ்கி, கர்னல் ஹென்றி ஸ்டீல் ஆல்காட் ஆகியோரோடு அவருக்குத் தொடர்பு ஏற்பட்டிருந்தது. அவர்களுடனான தொடர்புகள் பற்றிய குறிப்புகள் கிடைத்தாலும் அவர்களிடையே நடந்த கருத்துப் பரிமாற்றங்கள், அவற்றை இவர் உள்வாங்கிய அல்லது முரண்பட்ட விதம் பற்றித் தகவல்கள் கிடைக்கவில்லை. தாழ்த்தப்பட்ட அரசியல் முன்னோடிகளில் இருவரான அயோத்திதாசருக்கும் இரட்டைமலை சீனிவாச னுக்கும் ஆங்கிலேயர்கள் உருவாக்கிய நீலகிரி என்னும் காலனிய வாசஸ்தலமே தொடக்கநிலை அரசியல் பயில்களமாக இருந்ததைப் பார்க்கிறோம். அதேபோல், இருவரும் ஒன்றாகவும் தனித்தனியாகவும் தொடக்கத்தில் பிளாவாட்ஸ்கி, ஆல்காட் ஆகியோருடன் தொடர்பு கொண்டிருந்திருக்கின்றனர். அவர்கள் மூலமாகப் பௌத்த தொடர்பைப் பெற்ற சீனிவாசன் பின்னால் அத்தொடர்பைத் துண்டித்துக்கொண்டார்; என்றாலும்

அயோத்திதாசர் அத்தொடர்பைத் தொடர்ந்து பேணிவந்தார். உள்ளடக்கரீதியான அவர்களின் விளக்கத்திலிருந்து விலகின பின்னாளில் உள்ளூர்ப் பௌத்த அடையாளம் ஒன்றைப் பெரிய அளவில் உருவகப்படுத்திக் கொண்டார். பிளாவாட்ஸ்கி, ஆல்காட் தொடர்பில் காங்கிரஸ் அமைப்பைத் தொடங்குவதற்கு முன்னோட்டமாக 1884ஆம் ஆண்டு சென்னையில் நடந்த கூட்டத்தில் கலந்துகொண்டாலும் தீவிரக் காங்கிரஸ் எதிர்ப்புணர்வைக் கொண்டவராகவே இரட்டைமலை சீனிவாசன் இருந்தார். அயோத்திதாசருக்கும் காங்கிரஸ் பற்றி இதே நிலைப்பாடுதான். இச்சூழலெல்லாம் சேர்ந்து இக்காலம் பற்றிப் பல்வேறு மங்கலான சித்திரங்களை நமக்குத் தருகின்றன. தமிழக தலித் அரசியலில் ஐரோப்பியர்களின் அரசியல் செயற்பாடுகள் மட்டுமல்லாது ஐரோப்பியர்கள் மதம், தத்துவம், வரலாறு சார்ந்து உருவாக்கிய அமைப்புகளும் பார்வைச் சட்டகங்களும் அழுத்தமான தாக்கத்தைச் செலுத்தியிருக்கின்றன. அவை தொடக்கநிலையிலான அரசியல் பேச்சைக் கட்டமைத்திருக்கின்றன என்பதை அறிகிறோம். எனவே, தொடக்ககால தலித் அரசியல் செயற்பாட்டு முயற்சிகளில் ஆல்காட், பிளாவாட்ஸ்கி ஆகியோரின் தொடர்பு ஏற்படுத்திய தாக்கம் இன்னும் விரிவாக ஆராயப்பட வேண்டியதாகிறது.

தொடக்ககால முன்னோடிகளின் செயற்பாடுகளை அவர்களுக்கிடையிலான உறவில் மட்டுமல்லாது முரண் என்பவற்றிலிருந்தும் விலக்கிப் பார்த்துவிட முடியாது என்பதை இந்நூல் இனங்காட்டுகிறது. சில இடங்களில் பெயர் சுட்டாமல் பொத்தாம்பொதுவாக முரணைச் சொல்லிச் செல்லும் இரட்டைமலை சீனிவாசன் பல இடங்களில் பெயரைக்கூடத் தராமல் சொல்லிச் செல்கிறார். ஐரோப்பியர்களின் வரலாற்றுச் சட்டகம் இந்தியச் சமூகத்தின் வரைபடமாக மாறிய தருணத்தில் தங்களின் பாரம்பரிய அடையாளங்களை உள்ளடக்கி நவீன அடையாளங்களைக் கட்டமைத்துக்கொண்ட குழுவினரிடையே அதைச் சார்ந்து பல்வேறு விவாதங்கள் உருவாகி வந்தன. இரட்டைமலை சீனிவாசன் தொடங்கிய பறையர் மகாஜன சபை என்ற பெயரையும் *பறையன்* இதழ் என்ற பெயரையும் அதற்கு முந்தைய ஜான் ரத்தினத்தின் திராவிடர் கழகம், *திராவிட பாண்டியன்* இதழ், அயோத்திதாசர் உள்ளிட்டோரின் திராவிட மகாஜன சபை போன்ற பெயர்களையும் தவிர்த்துவிட்டுப் பார்க்க முடியவில்லை. இதேபோல, இக்காலத்தில் சென்னையில் தொடங்கப்பட்ட ஆதிதிராவிட ஜனசபா என்ற பெயர்கொண்ட அமைப்பினையும் பார்க்க வேண்டும். இக்காலத்தில்

இந்த அளவிற்கு வேறு சமூகத்தினரிடம் நவீன அரசியல் அமைப்புகள் தோன்றியிருந்தனவா என்பதற்கான சான்றுகள் கிடைக்கவில்லை. இவ்வாறு முன்னோடிகள் தொடங்கிய அமைப்புகளின் செயற்பாடுகள், செயற்பாட்டாளர்களின் கருத்துகள் ஆகியவற்றினிடையே இருந்துவந்த உறவும் முரணும் கட்டமைத்த நவீனம் பற்றியே நாம் ஆய்வு செய்ய வேண்டி இருக்கிறது. மதம், சாதி, பெயர், அதிகாரம் சார்ந்து ஐரோப்பிய நவீனத்தின் ஊடாக நடந்துவந்த இந்த மாற்றங்களை ஒருபுறத்தில் சுதேசிகளாகவும் மறுபுறத்தில் சுதேச சாதிகளால் ஒடுக்கப்படுகிறவர்களாகவும் இருந்து எதிர்கொள்ளும் முகமாக நடத்திக்கொண்ட விவாதங்களாகப் பார்க்க வேண்டியிருக்கிறது. தனிப்பட்ட நபர்கள் – அமைப்புகள் சம்பந்தப்பட்ட விவாதங்களை அவ்வாறு மட்டுமே சுருக்கிப் பார்க்காமல் நவீனத்தை எதிர்கொண்ட உள்ளூரின் விவாதங்கள் என்ற நோக்கில் விரித்துப் பார்க்க வேண்டும். இச்சூழலில் இயங்கிய ஒருவரின் பதிவு என்கிற முறையில் இரட்டைமலை சீனிவாசனின் இந்நூல் முக்கியத்துவம் பெறுகிறது.

பத்தொன்பதாம் நூற்றாண்டின் கடைசிப் பத்தாண்டுகளில் சென்னையில் கால்கொண்ட தலித் எழுச்சியின் நாயகன் என்றால் இரட்டைமலை சீனிவாசன்தான். காங்கிரஸ் முளைவிட்ட முதல் ஐந்து வருடத்திலேயே அதன் உள்ளார்ந்த தன்மை உயர்சாதி மேட்டிமையேயென்று அறிவித்துப் பறையர் மகாஜன சபையைத் தொடங்கியவர் அவர். நவீனத்தின் கொடையான பொதுவெளிப் புழக்கம் (public space) என்கிற சாத்தியத்தின் வழியாக அமைப்புகள் – இதழ்கள் – மாநாடுகள் ஆகியவற்றைத் தாழ்த்தப்பட்ட முன்னோடிகள் ஒருங்கிணைத்தனர். ஒன்றை ஆதாரமாகக் கருதுவதற்காக ஐரோப்பியர்கள் கட்டமைத்த அச்சுக் கலாச்சாரத்தை உள்வாங்கிச் செயற்பட்ட முன்னோடிகளில் முதன்மையானவர் இவர். அன்றைக்கு ஓர் அமைப்பு தொடங்கப்படுகிறது என்பதற்கான பிரதான வடிவம் இதழ் ஒன்றை நடத்துவதாகத்தான் இருந்தது. ஒன்றுகூடல், ஒத்த கருத்தை உருவாக்குதல், அறிமுகப்படுத்துதல், விவாதித்தல் போன்றவை இதழ்கள் வாயிலாகவே அமைந்தன. இதன்படி, பறையர் மகாஜன சபையை ஆரம்பித்த அடுத்த ஆண்டிலேயே பறையன் இதழை இரட்டைமலை சீனிவாசன் தொடங்கினார். தொடங்கிய மூன்று மாதங்கள் வரை மாத இதழாக வெளியான அது பிறகு சனிக்கிழமைதோறும் வெளியாகும் வார இதழாக ஏழாண்டுகள் (1893–1900) வரை நடந்தது. தாழ்த்தப்பட்டோரின் கல்விமுயற்சி தொடர்பாக ஆரம்பிக்கப்பட்ட பறையர் மகாஜன

சபை நாளடைவில் சென்னை மாகாண தாழ்த்தப்பட்ட மக்களின் பல்வேறு பிரச்சினைகளையும் பிரதிபலித்தது. அவையாவும் *பறையன்* இதழில் செய்திகளாக வெளியாயின. ஒரு குறிப்பிட்ட பிரச்சினையைப் பதிவாக்குவதோடு நிறுத்திவிடாமல் அதைத் தொடர்ந்து கவனித்துப் பதிவுசெய்து வந்தது அவ்விதழ். நீதிமன்ற வழக்குகளுக்கும்கூட இப்பத்திரிகைச் செய்தி ஆதாரமாக்கப்பட்டது. அன்றைய பத்திரிக்கைகளுக்கான பொதுப்போக்கிலிருந்து வேறுபட்டிருந்த *பறையன்* இதழ்ப் பெயர், ஆன்மிகம், அடையாளம் போன்ற பண்பாட்டுச் செய்திகளை மட்டுமல்லாது தலித்துகளின் சிவில் உரிமை குறித்த பதிவுகளையும் பெருமளவில் தாங்கி வெளியானது. காங்கிரஸ் இயக்கத்திற்கு எதிராகப் பறையர் மகாஜன சபை இயங்கியதைப்போல, தேசியம் பேசிய *சுதேசமித்திரன்* இதழுக்கு எதிரான திசையில் *பறையன்* இதழின் பதிவுகளை வைக்கலாம். மாற்றுத் தேசியம் பற்றிய கருத்துகளின் மூலாதாரம் இவை. *பறையன்* முதல் இதழ் வெளியான இரண்டே நாட்களில் சென்னையில் 400 பிரதிகள் விற்றுத் தீர்ந்தன என்கிறார் சீனிவாசன். தலித்துகளிடையே அன்றைக்கு உருவாகியிருந்த அரசியல் ஓர்மையையே இது காட்டுகின்றது. மேலும், மக்களைத் திரட்டி வெகுஜன அரசியல் மாநாடுகளையும் நடத்தினர். பிரச்சினை ஒன்றை முன்வைத்துப் பொதுத் தளத்தில் மக்களை ஒன்றுதிரட்டும் நவீன அரசியல் முன்னோடி முயற்சி இது! அன்றைய காங்கிரஸ், அரசாங்கத்திடம் விண்ணப்பமோ கோரிக்கையோ முன்வைத்தால் அதற்கிணையாகத் தாழ்த்தப்பட்டோர் சார்பாக எதிர்மறுக்கும் விண்ணப்பங்களும் அளிக்கப்பட்டன. உருவாகி வந்த தேசியவாதக் கருத்தியலின் உள்ளீடாகப் பிராமணிய நலன்களும் மதிப்பீடுகளுமே இருக்கின்றன என்பதைச் சொல்லி நவீன தளத்தில் வெளிப்பட்ட பிராமண எதிர்ப்பு அரசியலின் தொடக்கச் செயற்பாடுகளே இவை என்று தயங்காமல் அறுதியிடலாம். பின்னாளில் நீதிக் கட்சி (1916), சுயமரியாதை இயக்கம் (1925) ஆகிய அமைப்புகளின் முன்னோடிச் செயற்பாடுகள் இவையே யாகும். இந்தவகையில் பறையர் மகாஜன சபை சார்பாக முன்னெடுக்கப்பட்ட ஐசிஎஸ் தேர்வுப் போராட்டம் தமிழக நவீன அரசியல் போராட்ட வரலாற்றில் முக்கியமானதாகும். ஆனால், அதன் முக்கியத்துவம் குறித்து இன்றைய மாற்று தேசியம் பற்றிய வரலாற்றுக் கருத்தாடல்களில் போதுமான அளவு சொல்லப்படாமலேயே இருக்கின்றது. அதாவது, இந்திய ஆட்சிப்பணி அதிகாரிகளைத் தேர்வு செய்வதற்கென ஐசிஎஸ் தேர்வை இங்கிலாந்தில் நடத்துவதென்று பிரிட்டீஷ் அரசு முடிவுசெய்தது. காங்கிரஸ் இதனைக் கடுமையாக

எதிர்த்தது. இங்கிலாந்தில் அல்லாமல் இந்தியாவில் தேர்வை நடத்தினால்தான் இந்தியர்கள் பங்குபெறுவர் என்று காங்கிரஸ் கருதியது. காங்கிரஸின் இந்தியர் என்ற கோஷம் உயர்சாதியினரை அடக்குகிறதே ஒழிய அனைவரையும் உள்ளடக்கவில்லை. உயர்சாதியினர் அதிகாரிகளாக வரும்பட்சத்தில் சாதிநோக்குக் காரணமாகத் தீண்டப்படாதோரைப் பாரபட்சமாகவே நடத்துவார்கள். எனவே, சாதியை மதநம்பிக்கையாகக் கொண்டிராத பிரிட்டீஷார் அதிகாரிகளாக வருவதே தீண்டப்படாதோருக்கு நலம் பயக்கும். அதன்படி இந்தியர்கள் கலந்துகொள்ளாத வகையில் இங்கிலாந்திலேயே தேர்வை நடத்த வேண்டும் என்ற எதிர்விண்ணப்பத்தைப் பறையர் மகாஜன சபை அனுப்பியது. காங்கிரஸ் கட்சி வெகு குறைவான ஆட்களின் கையொப்பத்தோடு எதிர் விண்ணப்பம் அளித்த நிலையில் பறையர் மகாஜன சபை 112 அடி நீளமுடைய மனுவில் 3412 பேரின் கையொப்பங்கள் பெற்று மறு எதிர் விண்ணப்பம் அளித்தது. இது நெடிய போராட்டமாக அமைந்திருந்தது. இவ்வாறு காங்கிரசு ஒரு மனு அளித்தால் அதற்கு எதிர்ப்பாக மறுமனுக்களை அளித்து வந்தார்கள். இவ்வாறு இவர்கள் தொடர்ந்து அளித்து வந்த மனுக்கள் இந்திய உள்விவகாரம் பற்றி பிரிட்டீஷார் முடிவெடுக்க முனையும்போதெல்லாம் இங்கே ஒடுக்கப்பட்ட பெருவாரியான மக்களின் குறைகளும் இருக்கின்றன என்பதற்கான கவன ஈர்ப்புப் பிரதிகளாக இருந்தன. அதன் தொடர்ச்சியிலேயே பின்னாளில் தீண்டப்படாதோருக்கான சலுகைகள் போன்றவற்றை அரசாங்கத்தார் உருவாக்கினர். மொத்தத்தில் விண்ணப்பம், மாநாடு, தீர்மானங்கள், இதழ் என்பதாக அக்காலப் பணிகள் அமைந்திருந்தன. பிரிட்டீஷ் அரசின் அத்தாரிட்டியாக அச்சுக் கலாச்சாரம் உருவாகிவிட்டிருந்த சூழ்நிலையில் அந்த அச்சுக் கலாச்சாரத்தைத் தொடக்க நிலையிலேயே கையகப்படுத்தி அதில் செயல்பட்டவர்களாகவும் இவர்கள் இருந்தனர். அச்சு அணுகுமுறை சார்ந்து *பறையன்* இதழில் தொடங்கிய இரட்டைமலை சீனிவாசனின் செயல்முறை பின்னாளில் சட்டமன்ற உறுப்பினரான நிலையில் தன்னுடைய செயற்பாடுகளையும் முக்கிய தலையீடுகளையும் நூல்வடிவில் சிறுசிறு பிரசுரங்களாக வெளியிட்டு வந்ததும், தன்வரலாற்றைச் சிறு நூல்வடிவில் எழுதியதும்கூட அதன் தொடர்ச்சியேயாகும்.

1900ஆம் ஆண்டில் மேலை நாடு சென்ற இரட்டைமலை சீனிவாசன் இந்தியாவுக்கு 20 ஆண்டுகள் கழித்துத் திரும்பியபோது இந்திய அரசியலிலும் தாழ்த்தப்பட்டோர் அரசியலிலும் பல்வேறு மாற்றங்கள் நிகழ்ந்திருந்தன. இடையில் தலித் அரசியலில் சீனிவாசனுக்கு அடுத்த தலைமுறையினரான எம்.சி. ராஜா

ஆகியோரின் செயற்பாடுகள் சூடுபிடித்திருந்தன. இந்திய அளவில் அம்பேத்கர் எழுந்துவந்த தருணமும் அதுதான். பிரதிநிதித்துவ அரசியல் உருவானதின் தொடர்ச்சியாக இந்தியா திரும்பியதும் சீனிவாசன் சென்னை சட்டசபைக்கு 1923ஆம் ஆண்டு நியமன உறுப்பினராக நியமிக்கப்பட்டார். பதினைந்து ஆண்டு காலம் உறுப்பினராக இருந்த அவர் சபையின் பல்வேறு விவாதங்களிலும் குழுக்களிலும் பங்கெடுத்தார். அரசின் நியமன உறுப்பினர் என்ற முறையில் பல்வேறு விவாதங்களில் சுதந்திரமாக ஈடுபடவும் மசோதாக்கள் பலவற்றை நிறைவேற்றிச் சாதித்திடவுமான வாய்ப்பு இவர் போன்ற தீண்டப்படாத உறுப்பினர்களுக்கு இருந்தது. சுதந்திர இந்தியாவில் மக்களால் தேர்ந்தெடுக்கப்பட்ட ஏனைய தலித் உறுப்பினர்களுக்கு இல்லாத வாய்ப்பு இது என்பது குறிப்பிடத்தக்கது. இவ்வாறு நிறைவேற்றிய பல தீர்மானங்களை இந்நூலில் அவர் எழுதியுள்ளார். குறிப்பாக, 1924இல் அவர் கொணர்ந்த பொதுப்பாதைப் புழக்கத்திற்கான தீர்மானம் முக்கியமானது. பொதுவெளி என்ற நவீன கருத்தியலின் அணுகுமுறை பாற்பட்டது இந்த தீர்மானம். இவற்றைக் கொண்டு பல இடங்களில் பொதுப்பாதைக்கான உரிமைகள் நடைமுறைக்கு வந்தன. வைக்கம் கோயில் பிரச்சினைக்கு முன்பிருந்தே இருந்துவந்த கல்பாத்தி அக்கிரகார நுழைவுக்கு அவரின் இந்த மசோதாதான் முக்கிய திறவுகோலாக இருந்தது.

அமைப்புச் செயற்பாடுகளைப் பொறுத்தவரை அவர் இளைஞராக இருந்து 1890களில் நடத்தியதைப் போல 1920க்குப் பின்னர் செயற்படவில்லை. சட்டம் இயற்றும் சட்டசபைக்கு உறுப்பினராகியிருந்த அவரால் சட்டசபையில் பல்வேறு தீர்மானங்களைக் கொணர முடிந்தது. அதேபோல, எம்.சி. ராஜா, ஆர். வீரய்யன், எல்.சி. குருசாமி போன்ற ஆளுமைகளும் இக்காலத்தில் களத்தில் இருந்தனர். எனினும் சூழ்நிலைகளை ஒட்டி மூன்று அமைப்புகளை வெவ்வேறு பெயர்களில் அவர் ஒருங்கிணைத்தார். சைமன் கமிஷன் வருகை (1928) நடந்த காலத்தில் சென்னை மாகாணத் தாழ்த்தப்பட்டோர் முன்னணி என்ற *The Madras Provincial Depressed Classes Federation (1928)* அமைப்பைத் தொடங்கினார். சீனிவாசன் தலைவராக இருந்த இந்த அமைப்பில் என். சிவராஜ் பொதுச் செயலாளராகவும் தர்மலிங்கம் பிள்ளை உதவிச் செயலாளராகவும் இருந்தனர். சுப்பிரமணிய மூப்பனார், வி.ஐ. முனுசாமிப் பிள்ளை, சுவாமி சகஜானந்தர், எம்.வி. கங்காதர சிவா, ஆர். வீரய்யன், பி.வி. ராஜகோபால் பிள்ளை, எஸ்.பி. கோபால்சாமிப் பிள்ளை, வி.ஜி. வாசுதேவ பிள்ளை, அ. முருகேச பிள்ளை, எச்.எம். ஜெகநாதன்

ஆகியோர் துணைத் தலைவர்களாக இருந்தனர். அதிலிருந்த பெரும்பாலானோர் சட்டமன்ற எம்.எல்.சிகளாக இருந்தனர் என்பது குறிப்பிடத்தக்கது.

பின்னர் இதன் பெயரை *The Madras Provincial Scheduled Castes Party* என்று சற்றே மாற்றி 1936இல் தலைவராக இருந்து செயலாற்றினார். இதன் துணைத் தலைவராக எம்.சி. ராஜாவும் என்.சிவராஜூம் இருந்தனர். பி.கே. புஷ்பராஜ், ஜெ. சிவசண்முகம் பிள்ளை ஆகியோர் இணைச் செயலாளர்களாகவும் எல்.சி. குருசாமி பொருளாளராகவும் வாசுதேவ பிள்ளை நிர்வாகப் பொறுப்பாளராகவும் இருந்தனர். 1936ஆம் ஆண்டு நடைபெற்ற தேர்தலை மனங்கொண்டு பல்வேறு தலைவர்களை ஒருங்கிணைத்து இம்முயற்சி மேற்கொள்ளப்பட்டதாகத் தெரிகிறது. அமைச்சர் பொறுப்பேற்ற எம்.சி. ராஜா விடுத்த அறிக்கையொன்றில் (12.04.1937) பொது நன்மைக்கென்றும் அட்டவணைச் சாதியினரின் மேம்பாட்டிற்கென்றும் எடுக்கப்படும் நடவடிக்கைகளை ஆதரிப்பதில் ஒடுக்கப்பட்ட மக்கள் ஏதேனும் ஒரு கட்சியுடன் ஒத்துழைக்க வேண்டுமென்றாலும்கூட இம்மக்கள் எந்தவொரு அரசியல் கட்சியையும் சாராமல் தனித்தே நிற்க வேண்டும் என்று கூறிவிட்டு இந்தக் குறிக்கோள்களுடனே தேர்தல்களை மனதில் கொண்டு திவான்பகதூர் ஆர். சீனிவாசனும் தானும் அட்டவணைச் சாதிகளின் கட்சியை உருவாக்குவதில் முன்னணியில் நின்றோம் என்று கூறுவதன் மூலம் இதை அறியலாம். ஆனால் இதன் விளைவுகள் என்னவாயின என்று தெரியவில்லை. பின்னர், 1938ஆம் ஆண்டில் *Party* என்பதை *Federation* என்று மாற்றி அக்கட்சியை இயக்கினர். மூன்றாவது முறையாக மறுநிர்மாணம் செய்யப்பட்ட இந்த அமைப்பு இரண்டாண்டுகளில் பல்வேறு செயற்பாடுகளை மேற்கொண்டது என்ற குறிப்பு கிடைக்கிறது. ஆனால் அதற்கான தகவல்கள் துல்லியமாகக் கிடைக்கவில்லை.

1920ஆம் ஆண்டுக்குப் பின் தீவிர அரசியல் செயற்பாட்டாளரான இரட்டைமலை சீனிவாசன் பண்பாட்டுப் பணிகளில் பெரிய அளவில் ஈடுபட்டுக்கொள்ளவில்லையெனினும் பண்பாடு பற்றித் தீர்க்கமான பார்வையைக் கொண்டிருந்தார். 1890களில் பறையர் வகுப்பினரின் மரபு, வரலாறு ஆகியவற்றைத் தேடுகிறவராக இருந்த அவர் சாம்பான் என்ற பண்பாட்டு அடையாளத்தின் வழி அவர்களின் வரலாற்றை விளக்கி வந்தார். சாம்பான் என்பது சைவமரபை அடியொற்றிய அடையாளம். ஆனால் இதைப் பௌத்தத்தோடு தொடர்புபடுத்தும் விளக்கத்தினைப் பின்னாளில் அயோத்திதாசரும் வழங்கினார்.

ஆனால், சீனிவாசன் இறுதிவரை சைவ மரபோடு தன்னைப் பொருத்திக்கொண்டார். அது வழக்கமான பிரதிசார்ந்த செவ்வியல் சைவமரபாக இருந்ததென்று கூறமுடியவில்லை. ஒருவகையில் பறையர் வகுப்பின் வழக்காற்று மரபு சார்ந்தது அப்பார்வை. திருச்சி, தஞ்சாவூர், திருவாரூர் கோயில்கள் சாம்பவ மரபினரைப் புதைத்த கல்லறைகளே என்று கூறிய அவர் அக்கோயில்கள் அக்குலத்தவருக்கு உரிமையுடையவை என்றார். 1890களில் கொண்டிருந்த இப்பார்வையையே 1930களில் தீவிர அரசியல் செயற்பாட்டாளராக இருந்த காலத்திலும் பகிர்ந்து வந்தார். இதே காலத்தில் பெரும் விவாதமாக்கப்பட்டுவந்த ஆலய நுழைவு மசோதாக்கள் பற்றியும் தனித்துவமான கருத்துகளைக் கொண்டிருந்தார். தீண்டப்படாதாருக்கு ஆலயங்கள் திறக்கப்படுவதை வரவேற்ற அவர் அவற்றைத் தேசிய இயக்கத்தாரின் தலித்துகளை உள்ளிழுத்துக்கொள்ளும் முயற்சிகள் என்றுகூறி அதை வரையறையோடு வரவேற்றார். ஆலய நுழைவு என்பது தாழ்த்தப்பட்டோர் விரும்பும்போது செல்லக்கூடியதாக இருக்க வேண்டுமே ஒழிய வற்புறுத்தக் கூடாது என்றார். ஏற்கெனவே இக்கோயில்கள் இம்மக்களின் கோயில்களாக இருந்து பெயர் மாற்றப்பட்டுவிட்டது என்றார். அம்பேத்கர் மதமாற்றம் பற்றிப் பேசிய தருணத்திலும் இதே பார்வைதான் அவருக்கிருந்தது. இம்மக்கள் இயல்பாகவே இந்துக்கள் அடக்கத்தில் இல்லை என்றார். அம்பேத்கரின் மதமாற்றக் கருத்தை எம்.சி. ராஜா ஏற்கவில்லை என்று கூறுபவர்கள் அம்பேத்கரின் அரசியல் கருத்துகளோடு இணக்கம் கொண்டிருந்த இரட்டைமலை சீனிவாசனும் அக்கருத்தை ஏற்கவில்லை என்பதைப் பார்க்க வேண்டும். அதாவது, தாழ்த்தப்பட்டோர் அரசியலில் பல்வேறு கருத்துகளும் அணுகுமுறைகளும் இருந்துவந்தன என்பதே நாம் புரிந்துகொள்ள வேண்டிய உண்மை.

இரட்டைமலை சீனிவாசனிடம் முக்கிய இடறலாகப் பலரும் பார்ப்பது அவருடைய பறையன் என்ற ஒற்றைச் சாதியை மையப்படுத்திய சொல்லாடலையேயாகும். ஆனால் இப்புரிதல் அவரிடம் மாறாமல் இருந்தது என்று கூறமுடியாது. தீண்டப்படாத சாதிகளின் பட்டியல் உருவாகாத காலத்தில் தான் சார்ந்த சாதியின் ஒடுக்குண்ட நிலைக்கான குறிப்பான பெயரைத் தாங்கிச் செயல்பட அவர் முன்வந்தார். ஆனால் நாளடைவில் ஆங்கிலேயர்கள் உருவாக்கிய பல தீண்டப்படாத சாதிகள் சேர்ந்த பட்டியலை ஏற்றுப் பறையன் என்ற பெயரை விடுத்து ஒடுக்கப்பட்டோர், செட்யூல்டு வகுப்பு, ஆதிதிராவிடன் என்ற பெயர்களை அடுத்தடுத்து ஏற்பதில் எந்தத் தடையும் அவருக்கு

இருந்திருக்கவில்லை என்றே தெரிகிறது. 1892ஆம் ஆண்டில் பறையர் மகாஜன சபை என்ற பெயரில் அமைப்பு ஆரம்பித்த அவர் 1928ஆம் ஆண்டில் ஆரம்பித்த அமைப்பின் பெயரில் ஒடுக்கப்பட்ட வகுப்பு என்பதைக் குறிக்கும் Depressed Classes என்ற பெயரைச் சேர்த்தார். பின்னர் 1936இலும் 1938இலும் ஆரம்பித்த அமைப்புகளின் பெயரில் Scheduled Castes என்று சேர்த்தார். அதேபோல 1938ஆம் ஆண்டு ஆலயப்பிரவேசம் என்ற தலைப்பில் ஆதிதிராவிடர்களுக்கு அறிவிப்பு என்று வெளியிட்ட சிறு பிரசுரத்தில் "இதில் ஆதிதிராவிடர்கள் என்பது (Scheduled Castes) செடூல் காஸ்ட்கள் என்னும் 86 வகுப்புகளையும் சேர்த்துக் குறிக்கிறது" என்று குறிப்பிட்டார். எனவே, அரசியல் சூழலுக்கேற்ப அவரின் மாறிவந்த அரசியல் அடையாளப்படுத்தல்களைப் பார்க்கலாம்.

மற்றபடி வட்டமேஜை மாநாட்டில் அம்பேத்கரோடு இணைந்து கலந்துகொண்டு அவர் திரும்பியதும் காந்தி குழுவினரோடு நடந்த பூனா ஒப்பந்தத்தில் (1932) தாழ்த்தப்பட்டோர் சார்பாகக் கையெழுத்திட்டுத் திரும்பியதும் பலரும் அறிந்ததே. அதுகுறித்து அவர் வெளியிட்ட பிரசுரங்கள் இந்நூலின் பின்னிணைப்புகளில் சேர்க்கப்பட்டுள்ளன. பூனா ஒப்பந்தம் பற்றிய மேலதிக விவரங்களை அம்பேத்கர் நூல் தொகுதிகளில் காணலாம்.

O

அம்பேத்கரோடு வட்டமேஜை மாநாட்டில் கலந்துகொண்டவர் என்ற அளவிலேயே இரட்டைமலை சீனிவாசன் பெயர் பற்றிய அறிதல் எனக்கு முதலில் கிடைத்திருந்தது. சற்றே அரசியல் அறிந்தவர்களிடம் அவர் *பறையன்* என்ற பெயரில் இதழ் நடத்தியவர் என்பதான சில கூடுதல் தகவல்கள் இருந்தன. மற்றொருபுறம் திராவிடக் கட்சி மாநாடுகளில் சாதிவாரியாகத் தலைவர்கள் தேவைப்படும்போது தாழ்த்தப்பட்டோர் வகுப்புக்கான பிம்பமாக இவரின் பெயரோ படமோ கூறப்படுவதுண்டு. அவரை நீதிக்கட்சித் தலைவர்களில் ஒருவராகவோ அவர் ஆதரவில் அரசியல் பணியாற்றியவராகவோ சொல்லுவதுதான் பெரும்பான்மை.

ஆனால், இந்நூலில் அதற்கான சிறுகுறிப்புகூட இல்லை. அவர் அரசாங்கம் நியமித்த உறுப்பினராகவே இருந்தார். அதேவேளையில் அம்பேத்கர், காந்தி, நடேச முதலியார், எம்.சி. ராஜா, எஸ். சத்தியமூர்த்தி, ராஜாஜி, திருவிக ஆகியோரோடு தனிப்பட்ட முறையில் மட்டுமல்லாது அரசியல்ரீதியாகவும் தேவையை ஒட்டிய உறவு இவருக்கு நிலவிவந்தது. ஆங்கிலேயர்

மத்தியில் புழங்கிவந்த இவர் போன்றோருக்கு அவர்களுடனான அரசியல் தொடர்புகளும் இருந்தன. இரட்டைமலை சீனிவாசன் பற்றிய இதுவரையிலான சிறிதும் பெரிதுமான நூல்கள் யாவும் 'ஜீவிய சரித்திரம்' என்ற இந்த தன்வரலாற்று நூலின் தகவல்களை வெவ்வேறு சொற்களில் சொல்வதாகவே உள்ளன. ஏனெனில், அவரைப் பற்றி அறிய இந்நூலைத் தவிர வேறு எதுவுமில்லை. அவர் ஏழாண்டுகள் நடத்திய *பறையன்* இதழில் ஒரு பிரதிகூட இன்றுவரையிலும் கிடைக்கவில்லை. அயோத்திதாசரின் ஏழாண்டு *தமிழன்* இதழ்கள் கிடைத்ததன்மூலம் ஏற்பட்டிருக்கும் தாக்கத்தைப் பார்க்கும்போது, கிடைக்காமல் போய்விட்ட *பறையன்* இதழ் குறித்த ஏக்கம் உருவாகிறது. ஆனாலும் இதழ்களில் வெளியான செய்திகளின் உள்ளடக்கம் பற்றி அன்றைய அரசாங்கத்திற்கு அளிக்கப்பட்ட அறிக்கையிலிருந்து (Native Newspaper Reports) ஓரளவு பதிவுகள் கிடைக்கின்றன. அதேபோல, அவரின் சட்டமன்ற உரைகளும் உள்ளன. இவ்விரண்டும் தனியே வெளியிடவல்லவை என்ற வகையில் இதில் சேர்க்கப்படவில்லை.

இரட்டைமலை சீனிவாசனைப் பற்றிய குறிப்புகளைப் பல்வேறு தளங்களில் தொடர்ந்து எழுதிவந்தவர் அன்பு பொன்னோவியம். சீனிவாசன் பற்றி அவர் முழுமையாக எழுதிய கட்டுரை 'மக்களுக்கு உழைத்த பெருமக்கள்' என்ற நூலில் சேர்க்கப்பட்டது. பிறகு அம்பேத்கர் பிரியன் எழுதிய 'திவான்பகதூர் தாத்தா ரெட்டைமலை சீனிவாசன்' (1987) தொடக்கத்தில் எழுதப்பட்ட தனியொரு நூலாகும். மற்ற பிந்திய நூல்கள் முந்திய தகவல்களையே திரும்பத்திரும்பக் கூறிவந்தன. இந்நிலையில்தான் தலித் சாகித்ய அகாடமி சார்பில் 'திவான்பகதூர் இரட்டைமலை ஸ்ரீனிவாசன் ஜீவிய சரித்திர சுருக்கம்' (டிசம்பர் 1999) என்ற இந்நூல் வெளியிடப்பட்டது. இப்போது நாம் பதிப்பிக்கும் இந்நூலுக்கு இதுதான் மூலம். இந்த நூல் அவரின் மூலநூலில் இருந்தவாறே அச்சடிக்கப்பட்டுள்ளது. எனவே, மூலத்திலிருந்த சிறுசிறு எழுத்துப்பிழைகளும் அப்படியே இடம்பெற்றுள்ளன. அதேபோல, அவர் பெயரின் ஆங்கில முதலெழுத்தான ஆர். என்பதை வைத்துப் பார்க்கும்போது ரெட்டைமலை என்றே குறிப்பிட வேண்டும். ஆனால், அவரே இரட்டைமலை சீனிவாசன் என்று குறிப்பிட்டிருப்பதை ஒட்டி அப்பெயரே கையாளப்பட்டுள்ளது.

அதற்கடுத்து கோ. தங்கவேலு எழுதிய 'Raobahadur Rettaimalai Srinivasan, The Champion of Civil Rights of Dalits in Tamil Nadu' (2011) என்ற ஆங்கில நூலும் முனைவர் நிர்மலா அருள்பிரகாஷ்

ஆங்கிலத்திலும் தமிழிலும் எழுதிய '*Dravidamani Divan Bahadur Rettaimalai Srinivasan; Revolutionary Samaritan*', 'திராவிடமணி திவான் பகதூர் இரட்டைமலை சீனிவாசன்; சரித்திர சகாப்தம்' நூல்களும் குறிப்பிடத்தக்கவை. இரண்டு நூல்களிலும் சீனிவாசன் கொணர்ந்த மசோதாக்களின் அரசாணைகளும் அவரின் சட்டமன்ற உரைகளும் ஓரளவு புதிதாகச் சொல்லப்பட்டுள்ளன. இவை தவிர, ரவிக்குமார் தொகுப்பாசிரியராக இருந்து 'எனது வாழ்க்கை' என்ற பெயரில் (கரிசல் பதிப்பகம், ஆகஸ்ட் 2008) இந்நூலை வெளியிட்டார். அந்நூலின் பின்னிணைப்பில் ஆர். அழகரசன் தொகுத்த *Newspaper Report*இலிருந்து சில குறிப்புகளை மொழிபெயர்த்துத் தந்திருப்பது அந்நூலின் முக்கியத்துவம் எனலாம். இவற்றோடு சேர்ந்து வளம் செய்யும் விதத்தில் இந்நூலில் விரிவான அடிக்குறிப்புகள் தரப்பட்டுள்ளன. மேலும், புதிய பின்னிணைப்புகளும் சேர்க்கப்பட்டுள்ளன.இப்பதிப்பில் அடிக்குறிப்புகளுக்கு முன்னர் அநுபந்தம் என்ற பெயரிலுள்ள மூன்று பின்னிணைப்புகள் மட்டுமே இரட்டைமலை சீனிவாசன் மூலப்பிரதியில் இருந்தவையாகும். அதற்குப் பின்னாலுள்ள பின்னிணைப்புகளில் ஒன்று ரவிக்குமார் நடத்திய *தலித்* இதழில் வெளியானது. மற்ற இரண்டு பின்னிணைப்புகள் வே. அலெக்ஸ் மூலம் பெறப்பட்டன. இவை ஏற்கெனவே ரவிக்குமார் பதிப்பித்த 'எனது வாழ்க்கை' நூலில் இணைக்கப்பட்டிருந்தது. காந்தி சந்திப்பு பற்றிய பின்னிணைப்பு இப்பதிப்பில் என்னால் புதிதாகச் சேர்க்கப்படுகிறது. பின்னிணைப்பில் இடம்பெற்றிருக்கும் இரட்டைமலை சீனிவாசனின் மனைவி ரெங்கநாயகி அம்மாள் கல்லறையைப் படமெடுத்து அனுப்பித் தந்தவர்கள் என் சகோதரர் சம்பத் மற்றும் சந்ரு மாயவன். இரட்டைமலை சீனிவாசன் எழுதிய மூலப்பிரதியோடு புதிதாக ஆறு பின்னிணைப்புகளும் 40 அடிக்குறிப்புகளும் சேர்க்கப்பட்டுள்ளன என்பதே இப்பதிப்பின் தனித்தன்மையாகும்.

○

தன்வரலாறு என்பது இன்றைக்கு இந்திய மொழிகளில் முக்கிய இடத்தைப் பெற்றிருக்கிறது. தமிழிலும் இதற்கென மரபு இருக்கிறது. ஆனால், 1990களுக்குப் பிறகே தன்வரலாறு என்னும் வடிவம் விரிந்துள்ளது. தலித் இலக்கிய வருகை இதற்குப் பிரதான காரணமாகும். ஆசிரியன் இறந்துவிட்டான் போன்ற கோட்பாடுகள் கொட்டி முழக்கப்பட்ட சூழலில் ஆசிரியனை மையமிட்ட இந்தத் தன்வரலாற்று இலக்கியங்கள் எழுச்சிபெற்றமை குறிப்பிடத்தக்கது. இப்பின்னணியில்தான் 1939ஆம் ஆண்டில் எழுதப்பட்ட இந்தத் தன்வரலாறு இப்போது மீண்டும் பதிப்பிக்கப்படுகிறது.

பின்னால் (1990) வரப்போகும் தலித் தன்வரலாற்று வரையறைகள் பற்றிய ஓர்மையில்லாமல் இயல்பாக எழுதப்பட்ட தன்வரலாறு இது. 1990களின் தன்வரலாற்று வடிவம், கறுப்பு இலக்கியம் – மராட்டிய கன்னட இலக்கியங்கள் ஆகியவற்றின் தாக்கத்தைக் கொண்டிருந்தது. இந்நூல் அத்தகையது அல்ல. இந்த மொத்தப் பின்னணியிலிருந்து காலத்தாலும் உள்ளடக்கத்தாலும் வேறுபடும் வகையில் அமைந்துள்ளது இந்தத் தன்வரலாறு.

தனிப்பட்ட வாழ்வில் ஒடுக்குதலால் நேர்ந்த வேதனைகளைச் சொல்லுவதாக இன்றைய தலித் இலக்கியம் இருக்கும் நிலையில் இந்தத் தன்வரலாறு ஒடுக்குதலுக்கு எதிரான போராட்டங்களையும் அதனூடான சாதனைகளையும் சொல்கிறது. கோயிலுக்குள் அனுமதிக்கப்படுவதில்லை என்பதைச் சொல்லிப் புலம்புவதற்கு மாறாக கோயில்களே தங்களுடையவை என்று உரிமை பாராட்டுகின்றன இத்தகைய தன்வரலாறுகள். தான் பிறந்து வளர்ந்த இடங்களிலோ தான் படிக்கும் காலத்திலோ தீண்டாமைக் கொடுமைகள் நேர்ந்திருந்தாலும் அவற்றை இந்நூல் பட்டியலிடவில்லை. இதுவொரு அரசியல் தலைவர் பதிவென்பதால் மட்டுமல்ல, அக்காலகட்டத்தில் தலித் அரசியல் பார்வை கட்டமைத்துக்கொண்ட ஓர்மையும் ஆகும். தான் முன்வைக்கும் வாழ்வனுபவத்தின் சமூக விளைவை நோக்கி அது எழுதப்பட்டிருக்கிறது.

இது ஒருவரை மையமிட்டிருந்தாலும் தனிப்பட்ட தலைவரின் அனுபவமாக மட்டுமே அமையவில்லை. காந்தி, திருவிக, நேரு போன்ற தலைவர்கள் எழுதும்போது தாங்கள் ஒரு கருத்தைப் பின்பற்றி வாழ்ந்த அனுபவத்தையோ அதன்மூலம் சமூகத்திற்கான வழிகாட்டுதலைக் காட்டும் மனபோக்கையோ பிரதிபலித்தனர். அந்தவகையில் அவை தனிநபர்களின் அனுபவமாகவே நிற்கின்றன. ஆனால், இரட்டைமலை சீனிவாசன் என்னும் நபரின் அனுபவங்கள் குழு அனுபவமாக இருக்கின்றன. இதனால்தான் தலித்துகளின், பெண்களின் அனுபவங்கள் மற்றவற்றைக் காட்டிலும் சமூகத்தின் கூட்டு அனுபவமாக மாறுகின்றன. இந்த வகையில் இந்தத் தன்வரலாறு அதன் உள்ளடக்கப் பண்பில் இலக்கியமாகிறது. இவ்வாறு ஆசிரியன் இறந்துவிட்டதான பாவனைகள் இங்கு செல்லாக்காசாகிவிட்ட பின்னணியில்தான் இந்தத் தன்வரலாறு வெளியாகிறது.

வழக்கம்போல இரட்டைமலை சீனிவாசனின் பெயரைச் சிறுவயதில் என் தந்தை மூலமே கேள்விப்பட்டேன். தனிப்பட்ட முறையில் எனக்கொரு ஆதர்சம் இரட்டைமலையார். அதாவது நான் முதன்முதலாகப் பத்திரிகையில் *(புதிய தடம்)* எழுதிய கட்டுரை இவரைப் பற்றிய வரலாற்றுக் கட்டுரையேயாகும். இப்பதிப்புக்காக எனக்கு உதவியவர்கள் பலர். இந்நூலைக் கொணருவது பற்றி தொடர்ந்து நினைவூட்டி வந்தவர் கண்ணன். வழக்கம்போல எனக்கு வழிகாட்டியாய் அமைந்து அடிக்குறிப்பு யோசனையைக் கூறி அதற்கான நூல்களையும் அனுப்பித் தந்தவர் அழகரசன். ஆலயப் பிரவேசம், சிறுபான்மையினரின் ஒப்பந்தம் போன்ற பின்னிணைப்புகள் கிடைக்கவும், 'மதமாற்றம் ஒரு நிவாரணம் ஆகாது' என்ற கட்டுரை கிடைக்கவும் காரணமான வே. அலெக்ஸ், ஆங்கில அடிக்குறிப்புகளை மொழிபெயர்த்த பி.ஏ. அன்புவேந்தன், சந்தேகங்கள் சிலவற்றைக் களைய உதவிய நண்பர் ஜெ. பாலசுப்பிரமணியம், உற்றதுணையான பூர்ணிமா, அற்புதமான ஓவியம் வரைந்துதந்த நண்பர் ராஜேஷ், அச்சுப் பணிகளைக் கவனித்த மஞ்சு முத்துக்குமார் ஆகியோருக்கு நன்றி.

ஸ்டாலின் ராஜாங்கம்

மதுரை

19.03.2017

முகவுரை

அநேக ஆயிரம் வருஷங்களில் மிக சொற்பமான ஐம்பது வருஷ காலத்தில் தற்போது ஆதிதிராவிடர்களென் றழைக்கப்படும் சமூகத்தவர்களடைந்த அபிவிருத்தியை என் ஜீவிய சரித்திரத்தில் கண்டிருக்கின்றேன். ஆதி திராவிட சமூக சரித்திரத்தில் இந்த சரித்திரமும் சேர்க்கப்படுமென்பது என் நோக்கம்.

இதர சமூகத்தவர்களும், சமயத்தவர்களும், இச் சமூகத்தவர் முன்னேற்றத்தை நாடி செய்து வந்திருப்பது தன்னயத் தேட்டம் என்றும், இச் சமூகத்தவர்கள் தங்கள் இடைவிடா முயற்சியால் விருத்திபெற்று வருகிறார்கள் என்றும் இச்சரித்திரத்தால் விளங்கும்.

திவான் பஹதூர்
இரட்டைமலை ஸ்ரீனிவாசன்
அவர்கள்

ஜீவிய சரித்திர சுருக்கம்

ஆதி திராவிடர்கள்
அபிவிருத்தியை நாடி
அரசாங்கத்தார் அனுசரணையைக் கொண்டு
ஐம்பது வருடங்களாய் உழைத்த
ஜீவிய சரித்திரத்தை
வெகு சுருக்கமாக குறிக்கப்பட்டிருக்கிறது.

ராவ் சாஹிப்
இரட்டைமலை ஸ்ரீனிவாசன்

தன் சமூகத்தினருக்கு ஒரு ஞானியாகவும்,
வழிக்காட்டியாகவும், சிநேகிதனாகவுமிருந்து
அவர்களுடைய நன்மதிப்பைப் பெற்றார்.

செங்கல்பட்டு கலைக்டர்

அரசாங்கத்தார் அபிப்பிராயம்

"1926 ஆ பிப்ரவரி மீ 20—உ சனிக்கிழமையன்று சைதாப்பேட்டையில் கூடிய தர்பாரின்போது ம—ா—ா —ஸ்ரீ இரட்டைமலை ஸ்ரீனிவாசன் அவர்களுக்கு மேன்மை பொருந்திய (H.E.) இராஜ பிரதிநிதியாகிய இந்தியாவின் கவர்னர் ஜெனரல் அவர்கள்[1] ராவ்சாஹிப் பட்டமும் அதற்கு அறிகுரியாகிய ஓர் சின்னமும் கொடுத்ததை முன்னிட்டு செங்கல்பட்டு கலைக்டர் கனம் P. சீதாராமையா பந்துலுகாரு, M.A., கீழ்கண்டவாறு சொற்பொழிவாற்றினார்:

"அடுத்தபடியாக கௌரவத்தை ஏற்கும் பாக்கியம் பெற்றவர் தற்சமயம் பூந்தமல்லியில் வசிக்கும் ம—ா—ா —ஸ்ரீ இரட்டைமலை ஸ்ரீனிவாசன் அவர்களாவர். இப்பொழுது இவர் 65 வயதான வயோதிகப் பருவமடைந்த பெரியார். ஆதி திராவிடர்களுக்காக பாடுபடும் வீரர். இவர் கோயம்புத்தூர் கலாசாலையில் கல்வி பயிற்சிபெற்று கணக்கு நிர்வாகத்தில் பிரத்தியேக திறமையடைந்தார். தான் பிறந்த குலத்திற்கு தன்னால் கூடியவாறு ஊழியம் செய்வதே இவருடைய முக்கிய கொள்கை. 1891 ஆ இவர் பொது ஊழியத்தில் ஈடுபட்டு சென்னை (பறையர் மகாஜன சபை) ஆதி திராவிட மகாஜன சபையை நிர்ணயித்தார். 1893 ஆத்தில் "பறையன்" என்னும் வெருக்கத் தக்க பெயரின் காரணமாக பல தலைமுறைகளாக அநேக கஷ்டங்களுக் குள்ளாக்கப்பட்டு வரும் தன் ஜாதியினரை முன்னேற்றமடைவிக்கக் கருதி *பறையன்* என்னும் ஓர் பத்திரிகையை பிரசுரிக்க ஆரம்பித்தார். 1893 ஆ டிசெம்பர் மீ 23— உ யன்று தன்னுடைய மக்கள்

உணர்ச்சிபெற்று எழும்புமாறு ராயப்பேட்டை வெஸ்லியன் மிஷன் மண்டபத்தில் ஓர் பெரிய கூட்டம் கூட்டினார். 1895 ஹு அக்டோபர் மீ 23– உ டவுன் ஆலில் என்றும் இதுவரையில் இவர்களால் நடத்தப்படாத ஒரு பெரிய கூட்டம் கூடினது. முப்பத்திரண்டு வருடங்களுக்குமுன்பே மிஸ்டர் ஸ்ரீனிவாசன் (தங்கள் உரிமைகளை உணர்ந்து வாதாடி வாங்க சக்தி இல்லா) மௌனிகளாயிருந்த ஆதி திராவிடர்களுக்கு முதன்முதலாக (தங்கள் உரிமைகளை உணர்ந்து அவற்றை வெளியிடும்) உணர்ச்சியை அளித்தார். சிதறுற்று இருந்த இந்த வகுப்பினர் ஒன்று சேர்க்கப்பட்டு மற்ற ஜாதியினரைப்போல் இந்திய தேசத்தில் ஒரு தனிப்பட்ட வகுப்பினரென்ற பொருப்பையடைந்தார்கள். 1895 ஹு டிசெம்பர் மீ 6– உ என்றும் மறவாத ஒரு விசேஷ நாள். இவர் அப்போது இருந்த வைசிராயும் இந்தியாவின் கவர்னர் ஜெனரலுமான மேன்மை பொருந்திய (H.E.) எல்ஜின் பிரபுவின்முன் ஆதி திராவிடர்களின் பிரதிநிதிக்கூட்டம் ஒன்றைக் கொண்டுபோனார். 1896 ஹுத்தில் ஆதி திராவிடர்களின் சார்பாக சென்னை கவர்னராக இருந்த மேன்மை பொருந்திய (H.E.) வென்லாக் பிரபு[2] இங்கிலாந்திற்குப் பிரிந்து போகும்பொழுது அவருக்கு பிரியானுபசாரப் பத்திரிகை ஒன்றை வாசித்துக் கொடுத்தார். 1900 ஹு த்தில் Mr. ஸ்ரீனிவாசன் இங்கிலாந்திற்குப் போகும் வரையில் *பறையன்* என்னும் பத்திரிகை நடந்து வந்தது. பிறகு அவர் தென் ஆப்பிரிக்காவிற்குப்போய் யூனியன் கவர்ன்மென்டில் 1904ஆம் வருடம் வேலையிலமர்ந்தார். பதினாறு வருடம் விசுவாசத்துடன் வேலை செய்த பிறகு இரண்டு வருடம் கிழக்கு ஆப்பிரிக்காவிலிருந்துவிட்டு இவர் வேலையினின்றும் நீங்கினார். 1921–ல் தனது இந்திய நாட்டுக்குத் திரும்பினார். தன்னுடைய ஜனங்கள் தன்னம்பிக்கை, மதுபானமின்மை, மட்டான செலவு முதலிய நற்குணங்களை விருத்தி செய்யும்வரையில் முன்னேற்றம் அடைய மாட்டார்கள் என்பது இவருடைய நம்பிக்கை. ஆதி திராவிடர்கள் இராஜ விசுவாசத்துடன் இல்லா விட்டால் தங்களை ஆளும் அதிகாரிகளின் அநுதாபத்தை இழந்து விடுவார்கள் என்பதை இவர் ஆராய்ந்துணர்ந்தார். இவர் தென் ஆப்பிரிக்காவிலும் தென்னிந்தியாவிலும் வசிக்கும் தன் சமூகத்தினருக்கு ஒரு ஞானியாகவும், வழிக்காட்டியாகவும், சிநேகிதனாகவுமிருந்து அவர்களுடைய நன்மதிப்பை பெற்றார். தன் தாய்தேசத்திற்கு திரும்பிய இரண்டு வருடங்களுக்குப் பிறகு சென்னை சட்டசபை அங்கத்தினராக நியமிக்கப்பட்டு அன்றுமுதல் இன்றுவரையில் சட்டசபையில் ஆதி திராவிடர்களின் நன்மைக்காக கண்ணும் கருத்துமாய் உழைத்துவருகிறார். தான் பிறந்த குலத்தின் முன்னேற்றத்திற்காக சுமார் 35 வருட காலங்களாக இவர் தளரா ஊக்கத்துடனும் உற்சாகத்துடனும்

உழைத்து வயோதிகப் பருவமும் அடைந்தார். இம்மாதிரியான அமரிக்கையும் வெளிப்பிரஸ்தாபமுமற்ற ஊழியத்தின் பலனாக இவர் தன் வகுப்பினரின் நன்நோக்கத்தையும் மரியாதையையும் பெற்று இருக்கிறார். வகுப்புவாத கிளர்ச்சிகளில் ஈடுபடாத நற்குணத்தினால் இவரை மற்ற வகுப்பிலிருக்கும் பொதுநல ஊழியர்களும் கௌரவிக்கின்றனர். நம்முடைய இராஜதானியில் பேதைகளாய் இடுக்கண்களுக்குள்ளாகிக் கிடக்கும் ஆயிரக்கணக்கான மக்களினிடையே முதன்முதலாக தோன்றி உழைத்துவந்த இவருடைய உபகாரத்திற்காக அரசாங்கத்தார் இவருக்கு ராவ்சாஹிப் என்னும் பட்டத்தை மகிழ்ச்சியுடன் அளிக்கிறார்கள். இவர் என்றும் பொதுமக்களிடையே உழைத்து வரவேண்டுமென்று விரும்பி என்னுடைய நற்கோரிக்கைகளை கொடுப்பதோடு மேன்மைபொருந்திய இராஜபிரதினிதியாகிய இந்தியாவின் கவர்னர்ஜெனரல் அவர்களால் அளிக்கப்பட்ட ராவ்சாஹிப் பட்டத்தையும் அதற்கான ஒரு சின்னத்தையும் மனப்பூர்வமாய் பரிசளிக்கிறேன்."

ஜீவிய சரித்திர சுருக்கம்

(*..) காலத்தில் தஞ்சாவூரிலிருந்து வியாபார சார்பாக சென்னை பட்டணம் வந்ததாக என் பெரியோர்கள் சொல்லுவார்கள்.

நான் செங்கல்பட்டு கிராமங்களிலொன்றில் 1860–ம் ஷு பிறந்தேன்[3]. கோயம்புத்தூர் கலாசாலையில் நான் வாசித்தபோது[4] சுமார் 400 பிள்ளைகளில் 10 பேர் தவிர மற்றவர்கள் பிராமணர். ஜாதி கோட்பாடுகள் மிக கடினமாய் கவனிக்கப்பட்டன. பிள்ளைகளிடம் சிநேகித்தால் ஜாதி, குடும்பம், இருப்பிட முதலானவைகளை தெரிந்துகொண்டால் அவர்கள் தாழ்வாக என்னை நடத்துவார்கள் என்று பயந்து பள்ளிக்கு வெளியே எங்கேனும் வாசித்துக்கொண்டிருந்து பள்ளி ஆரம்ப மணி அடித்தபிறகு வகுப்புக்குள் போவேன். வகுப்பு கலையும்போது என்னை மாணாக்கர்கள் எட்டாதபடி வீட்டுக்கு கடுகன நடந்து சேருவேன். பிள்ளைகளோடு கூடி விளையாடக் கூடாமையான கொடுமையை நினைத்து மனங்கலங்கி எண்ணி எண்ணி இந்த இடுக்கத்தை எப்படி மேற்கொள்ளுவதென்று யோசிப்பேன். கணக்கர் தொழிலில் தேர்ந்து நீலகிரி என்னும் மலைநாட்டில் ஐரோப்பிய வியாபாரசாலைகளில் கணக்கராக இருந்த[5] பத்து வருடகாலமட்டும் தீண்டாமை என்பதை எப்படி ஒழிப்பதென்னும் கவலை எனக்குள் ஓயாமலிருந்தது.

---

* கிடைத்த மூலப்பிரதியில் இந்த ஒரு வரி மட்டும் சிதைந்துள்ளது.

1890–ம் ஷு சென்னைக்கு வந்து "பறையர்" என்போரை இதர ஜாதியாரைப்போல் மேல் நிலைக்குக் கொண்டுவந்து மதிக்கும்படி செய்வதெப்படி என்று மூன்று வருடமாய் பல ஆராய்ச்சிகள் செய்தேன். தெற்கு நோக்கி ரெயில் மார்க்கமாகவும் பெரும்பாலும் நடந்தும் கும்பகோணத்தில் பாழாக்கப்பட்ட நந்தன் கோட்டை மதில், தோல்காசு நந்தன், கலம்பகம் பாடிய நந்தன், கம்மாளர் கட்டியிருந்த காந்த கோட்டையானது சாம்பவ ராஜகுமாரியால் அழிக்கப்பட்டது. திருநாளைப்போவார் என்னும் நந்தனார் நின்று துதித்த ஓமகுளக் கரை[6], அதையடுத்த மடம், திருச்சிராபள்ளி சாம்பவ சாம்பான், தஞ்சாவூர் பிரவியடை சாம்பான் பெரியநாயகி, மாரியம்மை, திருவாரூர் தியாக சாம்பான் முதலானவர்களைத் தகனம்செய்த இடங்களில் கட்டியிருக்கும் திருபணிகள், யானையேரும் பெரும்பறையன் சமாதி[7], அவர் சந்ததியாருக்குத் திருவாரூர் தியாக சாம்பான் ஆலயத்திலுள்ள உரிமைகள், அவர்கள் வளவில் ஒரு இரவு தங்கி விசாரித்துக் கொண்டு பல தேவாலயங்களை அடுத்து ஆங்காங்குள்ள இவ்வினத்தவர்களைக் கண்டும் குளிக்கவும் குடிக்கவும் நீரற்று, வசிக்கும் குடிசை நிலையற்று, நடக்க பாதையற்று, பிழைக்க வழிவகையற்று, எங்கு சென்றாலும் தீண்டாமை என்னும் கொடுமைக்காளாகி வாய்திறந்து பேசினால் அடி படுவதுமான குறை கோள்களைக் கேட்கும் அதிகாரிகளும் ஜாதி இந்துக்களுக்கு அஞ்சி வஞ்சகமாய் நடப்பதுமான ஆற்றொணா துன்பத்தினின்று அவர்கள் படும் துயரத்தை யுணர்ந்து பூர்வ சரித்திரத்தையும் விசாரித்தறிந்து திரும்பினேன்.

சர்க்கார் ரிக்கார்டுகளை பரிசோதித்து பார்த்தபோது 1772–ம் வருஷ முதல் இவ்வினத்தவர் பொருட்டாய் அவர்கள் கவலை எடுத்துவந்ததாக காணப்பட்டது. 1818–ம் வருஷம் இவ்வின குடியானவர்கள் முன்னேற்றமடைய வழிவகைகளைத் தெரிவிக்கும்படி கலைக்டர்களை ரெவினியுபோர்டார் கேட்டிருந்தார்கள். அது எப்படியாயிற்றென்று தெரியவில்லை. (1893–ம் ஷு கல்வி கற்பித்து கொடுக்க தலைப்பட்டார்கள்.) 120 வருஷம் தூண்டுவாரற்று இருந்தார்கள். 1893–ம் ஷு சர்க்கார் வெளியிட்ட உத்தரவை ஒரு சிலாசாசனமாய்[8] இவ்வினத்தார்கள் எண்ணினாலும் பலிதபடாமல்[9] போய்விட்டது. அதற்கடுத்த படியாகத்தான் 1893–ம் ஷு *பறையன்* [10] என்ற பத்திரிகையை தூண்டுகோலாக வெளியிட்டேன்.

இந்த ராஜதானியில் பேதைகளாய் இடுக்கண்களுக்குள்ளாகிக் கிடக்கும் கோடிக்கணக்கான மக்கள் மத்தியிலேயே முதன்முதலாக தோன்றி உழைத்து வந்த என் உபகாரத்திற்காக அரசாங்கத்தார் எனக்கு ராவ்சாஹிப் என்னும் பட்டம் 1926–ம் ஷு ஜனவரி

மாதம் 1–ந் தேதியிலும் ராவ்பஹதூர் பட்டம் 1930–ம் ௵ ஜுன் மாதம் மூன்றாம் தேதியிலும், திவான்பஹதூர் என்னும் பட்டம் 1936–ம் ௵ ஜனவரி மாதம் 1–ந் தேதியிலும் மகிழ்ச்சியுடன் அளித்திருக்கின்றார்கள்."

பத்திரிகை 1893–ம் வருஷம்

நான்! நான்!! என்ற மகா மந்திரத்தை ஜெபித்து கொண்டிருப்பவன் தன்னையுணர்ந்து சகலமுமறியும் ஞானியாகி தலைவனை காண்பதுபோல நான்! நான்!! என்று எவன் ஒருவன் தன்னையும் தன் இனத்தையும் மறுக்காமல் அச்சமும், நாணமுமில்லாமல் உண்மை பேசி தன் சுதந்தரத்தை பாராட்டுகிறானோ அவன் மதிக்கப்பெற்று இல்வாழ்க்கையில் சம்பத்துள்ளவனாய் நித்திய சமாதானத்துடன் வாழ்வானா கையால் பறையர் இனத்தவனொருவன் “பறையன் என்பவன் நான் தான்” என்று முன்வந்தாலொழிய அவன் சுதந்திரம் பாராட்ட முடியாமல் தாழ்த்தப்பட்டு என்றும் தரித்திரனாய் இருப்பானாகையால் “பறையன்” என்னும் மகுடம் சூட்டி ஒரு பத்திரிகை பிரசுரித்தேன். அது 1893 ௵ அக்டோபர் ௴ வெளியாயிற்று. நாலு பக்கங்களுள்ள ஒரு சிறிய மாதாந்தர பத்திரிகை. விலை பிரதி ஒன்றுக்கு அணா இரண்டு. அதை கண்ட பறையர் என்ற என் குலத்தவர்கள் வெகு ஆவலுடன் அங்கீகரித்தார்கள். விளம்பரத்திற்கும் முதல் சஞ்சிகை பதிப்புக்கும் ரூ. பத்து செலவானது. இரண்டு நாளையில் சுமார் நானூரு பிரதிகள் சென்னை நகருக்குள் விற்கப்பட்டன. மூன்று மாதத்திற்கு பிறகு வாராந்தர பத்திரிகையாகவும் இரண்டு வருஷத்திற்கு பிறகு ஒரு அச்சுயந்திர சாலையுமேற்பட்டுவிட்டது. பறையர் என்ற ஜன அங்கத்தவர்களுக்காக பரிந்து பேசுவதும், கவர்ண்மென்டார் அனுக்கிரகத்தை நாடியும், நல்லொழுக்க ஆசாரங்களைப் பற்றியும் பத்திரிகை பிரஸ்தாபித்து வந்தது. இந்த ஜனாங்கத்தவர்கள் எங்கங்கே கூடுகிறார்களோ அங்கங்கே உற்சாகமாய் பேசி வந்தார்கள். தாங்களும் ஒரு சமூகத்தவர்கள் என்று நிரூபிக்க 1895–ம் ௵ அக்டோபர் ௴ 7 – உ மாலை வெள்ளை கொடிபிடித்து பாண்டு வாத்தியங்களுடன் பெருங் கூட்டமாய் சென்னை விக்டோரியா மகா மண்டபத்திற்குள் பிரவேசித்து தங்கள் அருமை பெருமைகளை பிரஸ்தாபித்து வெகு விமரிசையாக கூட்டத்தை நடத்தினார்கள். இந்த இனத்தவர்கள் முதன் முதலாய் விக்டோரியா மண்டபத்தில் கூடியது அப்பொழுதுதான். கிராமமுனிசீப்புகள் முதல் கலைக்டர் கச்சேரிகளிலும் ரெவினியூ போர்டிலும் மற்றுமுள்ள இலாக்காகளிலுமுள்ள ஜாதி இந்துக்கள் பல சூட்சமங்கள் செய்துவந்தார்கள். காங்கிரஸ்காரர்களும் ஜாதி இந்துக்களும்,

மதமாற்றம் பிரசாரிகளும் இந்த ஜனாங்கத்தவர்களுக் குள்ளேயே ஒரு பிரிவாரும் எதிர்த்து நின்றார்கள். எதிர் பத்திரிகையும் வெளியிட்டார்கள். மற்றும் சில பத்திரிகைகள் பலமாய் தாக்கின. இந்த இனத்தவரிலொருவர் பொய் பிராது செய்து நான் தேசத்தைவிட்டு ஓடிப்போக யிருப்பதாக வாரண்டில் என்னை பிடித்து அவமானப்படுத்த பார்த்தார். அது பலிதமாக வில்லை. 1896 ஷூ *பறையன்* பத்திரிக்கை கடிதக்காரர் ஒருவர் ஏதோ அவதூரான விஷயம் எழுதியதை பத்திரிகையில் வெளிப்படுத்தினதின் காரணமாகக் கொண்டு இவ்வினத்தவரின் ஒரு பிரிவார் என்னை கோர்ட்டுக்கும் இழுத்தார்கள். கோர்ட்டுக்கு இந்த இனத்தவர் பெருங்கூட்டமாய் வந்தார்கள். அவர்கள் தலைச்சீராக்களிலும் மார்புகளிலும் "பறையர்" என்ற மகுடத்தை பூண்டு பணமுடிப்புகளுடன் கோர்ட்டுக்கு வந்தார்கள். நூரு ரூபாய் அபராதம்[12] விதிக்கப்பட்டது. அதை – யார் கொடுத்தார்கள் என்று தெரியவில்லை. தங்களினத்தில் வைத்திருந்த பற்றுதலையும் அன்பையும் வெளிப்படையாக காட்டினார்கள். இதனால் இந்த இனத்தவர் வாய் திரக்கப் பட்டதற்கும் முன்னேறி வந்ததற்கும் சபைகளும் சமூகமுமேற்றப் பட்டதற்கும் *பறையன்* என்ற பத்திரிகையே மூலகாரணமென விளங்கும்.

இந்த இனத்தவர்கள் அபிவிருத்தியை நாடி நான் லண்டன் நகருக்கு[13] பிரயாணமானபோது பத்திரிகையை நடத்ததக்கவர் கிடையாமல் போனதால் பத்திரிகை பிரசுரம் நிருத்தப்பட்டது. பத்திரிகை ஏழு வருடம் தொடர்ந்து நடைபெற்று வந்தது. இந்த இயக்கம் இந்தியா முழுமையும் பரவியதால் பல கோடிமக்களும் அபிவிருத்தியடைந்து வருகிறார்கள்.

லண்டன் நகருக்குப்போய் தாழ்த்தப்பட்டார் இடுக்கண்களை எடுத்துக் காட்டி பிரிட்டிஷாரின் அனுதாபத்தை நாடி வரவேண்டுமென பம்பாயைச் சேர்ந்தபோது என் தகப்பனாரும் எனக்கு தந்தியனுப்பி திரும்பி வரும்படி கேட்டார்கள். சுடுகாடுபோன பிணம் திரும்பாதென்ற தீர்மானத்தோடு மேற்கு திசையை நோக்கி போகும் கப்பல்களில் முதலில் கிடைத்த கப்பலில் பிரயாணமாகி கீழ் ஆபிரிக்கா ஜான்ஸிபார் என்னும் தீவு சேர்ந்தேன். அங்கே இரண்டு வருடமிருந்து பணம் சேகரித்துக் கொண்டு தென் ஆபிரிக்கா மார்க்கமாக போனேன். டலகோபே என்னும் துறைமுகத்தி லிறங்கி பாஸ்போர்ட்டுக்காக காத்திருந்த ஒரு வாரத்திற்குள் குளிர் ஜுரம் (மலேரியா) கண்டது. கப்பலில் கடல் காற்றில் ஆறு மாதமிருக்க வேண்டும் அல்லது அதிக குளிரான மலைதேசத்தை சேரவேண்டும். இந்தியா திரும்பினால் மரணம் என்றார்கள் டாக்டர்கள். நலிப்பட்டிருக்கையில் என்

இனத்தவரான ஓர் வண்ணானும் அவர் நல்மனைவியும் எனக்கு வேண்டிய சிகிச்சைசெய்து உபசரித்தார்கள். அங்கிருந்த ஓர் கனதனவானும் என்னை கூட்டிப்போய் உபசரித்தார். அதை விட்டு நெட்டால் மாகாணத்தைச் சேர்ந்த டர்பன் என்னும் துறைமுகத்தை யடைந்தேன். அங்கேயும் அந்தோனி எச். பீட்டர்[14] என்பவர் என்னை உபசரித்து மிக குளிரான மலை பிராந்தியங்களான இடத்திற்கு அனுப்பி சர்க்கார் உத்தியோகத்திலிருக்க உதவினார். இவர்கள் மூவருடைய நன்றியை மறக்க என்னால் முடியவில்லை. நெட்டாலில் வருளமென்னும் நகரில் முருகன் என்பவர் ஒரு பெரிய பயிர்க்குடியானவராகவும் தனவந்தராகவு மிருந்தார். பிராமணர் யோக்கியம் என்னிடத்தில் தான் அவர் கண்டதாக என்னை வற்புறுத்தி கோதானம் பெறச்செய்து என் ஆசீர்வாதம் கோரினார். ஏழை மக்களுக்கு நான் செய்த நன்றி தெங்கு தன் தலையால் நீர் தருவதுபோலாயிற்று. அந்த தேசத்தில் என் நலிதீர பல வருஷங்களாயின. குடும்ப பாதுகாப்புக்காக நான் என் தாய் தேசம் திரும்பினேன். திரும்பியபோது என் மக்களைக் கண்டு மகிழ்ந்தாலும் என் இனத்தவர் நிர்பாக்கிய நிலையைக்காண என் மனந்தாளாத தாகுமே. சுடுகாடுபோய் திரும்பிய பிணத்திற்குயிருண்டாகி லண்டன் நகரையடுத்து என் நோக்கத்தை கடவுள் நிறை வேற்றுவாரோ வென்றெண்ணினேன். சென்னை சேர்ந்தபோது சட்டசபைக்கு ஒரு அங்கத்தவராக சர்க்கார் நியமித்த சில வருடங்களுக்குள் வட்டமேஜை மகாநாட்டுக்கு தாழ்த்தப்பட்டார்பால் ஓர் பிரதிநிதியாக லண்டன் நகருக்கு என்னை கவர்ண்மென்டார் அனுப்பினார்கள்.[15] அங்கே இரண்டு முறைச்சென்று சென்னைமாகாணத்தில் மாத்திரமல்லாமல் இந்தியா தேச முழுமையுமுள்ள தாழ்த்தப்பட்டாருக்கு வேண்டிய தேசசுதந்தரமும் மற்று முரிமைகளையும் அடையச்செய்தேன். இருபது வருஷங்களாய் லண்டன்போக நான் கொண்டிருந்த நோக்கம் நிறைவேறியது என் இனத்தவர்கள் பெற்ற பாக்கியமாகும்.

சமூகம்

ஆரியர்கள் நமது தேசத்தில் குடியேறிவந்து ஜாதி கோட்பாடுகள் உண்டாக்கியபோது இப்போது பறையர், பஞ்சமர், ஆதி திராவிடர்களென்னும் திராவிடர்கள் இசையாமல் பல துன்பங்களுக்குட்பட்டுகொண்டு தனியே சேரி என்னும் தங்கள் கிராமங்களையுண்டாக்கி கோயில், குளம், குரு, கிராம தலைவர் (நாட்டாண்மைக்காரர்) பஞ்சாயத்தார், வண்ணான், அம்பட்டன், சுடுகாடு, இடுகாடு, விதவாவிவாகம், விவாக சம்மந்த விலக்கு முதலியவையுடன் கிராமங்களில் தனி சமூகமாய் வாழ்ந்து வந்திருக்கிறார்கள். தேசாயி செட்டி என்போர்

இவர்களுக்குள்ளுண்டாகும் வழக்கை தீர்ப்பதாக பணம் பறித்து போகும் வழக்கம் ஒழிந்துவருகிறது. நான் கண்டித்து வந்திருக்கிறேன். இவர்கள் வெளிப்படையாய் வந்து தங்கள் சுதந்தரங்களை பாராட்டாமல் ஆரியர் ஜாதி கோட்பாட்டுக்குள்ளானவர்கள், இவர்களை யடக்கிவைத்து வந்தார்கள். இவர்கள் தங்கள் உரிமைகளைக் கேட்டு அனுபவிக்கும்படி பெரியதோர் சமூகமாக சேர்க்க முயன்றேன். பத்திரிகையில் வெளியான விஷயங்களையுணர்ந்த இவ்வினத்தவர் தேசமெங்கும் கூட்டங்கள் கூடி தங்களுக்கிருக்கும் இடுக்கண்களைப்பற்றியும் தங்கள் அபிவிருத்தியைப்பற்றியும் பேசி வந்தார்கள். சென்னையில் 'பறையர் மகா ஜனசபை'[16] என்ற தலைமை சபையொன்று ஸ்தாபிக்கப்பட்டது. அதற்கு நானே காரியதரிசியாகவிருந்து நடத்தி வந்தேன். 1895ஆம் ஷூத்தில் ஓர் சம்பவம் நேரிட்டது. அதாவது லண்டன் நகரில் சிவில் சர்வீஸ் பரிக்ஷை நடந்து கொண்டிருந்தது. அந்த பரிக்ஷையில் தேருகிறவர்கள் ஆங்கிலேயரே. அவர்கள்தான் கலைக்டர்களாகவும் ஜட்ஜிகளாகவும் இன்னும் தேசபரிபாலனத்தில் உத்திரவாதமான உயர்ந்த பதவிகளினின்று தேச பரிபாலனஞ் செய்து கொண்டு வந்தார்கள். அந்த பரீக்ஷை இந்தியாவிலும் நடைபெற வேண்டுமென பிரிட்டிஷ் பார்டிலிமென்டில் காங்ரஸ்காரர்கள் ஓர் மசோதா சமர்பித்தார்கள். அந்த பரீக்ஷையானது இந்தியாவிலும் நடந்தால் ஜாதி இந்துக்கள் உயர்தர உத்தியோகங்களை வகித்து ஏழை ஜாதியாரானவர்களைத் தீண்டாதார் என்று இம்சிப்பார்களென பறையர் மகா ஜன சபையார் சென்னை வெசிலியன் மிஷன் காலேஜ் ஆலில் 1893ம் ஷூ டிசம்பர் மீ 23–ந் தேதி ஒரு பெருங்கூட்டம் கூடி அந்த மசோதாவை எதிர் மறுத்து 112 அடி நீளமுள்ள ஒரு மனுவில் 3412 கையொப்பங்கள் சேகரித்து ஜெனரல் சர் ஜார்ஜ் செஸ்னி *(Genl. Sir Geo. Chesney)*[17] என்னும் பார்லிமென்டு மெம்பரைக் கொண்டு சமர்பித்தார்கள். அதைக்கண்ட காங்ரஸ்காரர் தங்கள் மனுவை பின்னித்துக் கொண்டார்கள். அதின்பின் கீழ்தர உத்தியோகங்களிலிருந்து மேல்தர உத்தியோகத்தை வகிக்க யோக்கியதையுள்ளவர்களை நியமிக்கலாமென இந்திய செக்ரடரியார் உத்தரவளித்தார். எதிர் மறுப்பு மனு அனுபந்தம் 1–ல் காண்க.

கிராமங்களில் இவ்வின குடியானவர்கள் நிலைமையை திட்டமாய் குறித்ததோடு சென்னை நகரத்திலுங்கூட மயிலாப்பூரில் ஐகோர்ட்டு ஜட்ஜியாகவிருந்த ஓர் இந்தியர் வசிக்கும் வீட்டுக்குச் சமீபமாயுள்ள பிராமணர் தெருவில் "பறையர் உள்ளே வரக்கூடாது" என்ற விளம்பர பலகையொன்று இருப்பதாகவும், ஜாதி இந்துக்கள் ஸ்தாபித்திருக்கும் "பச்சையப்பன்' கலாசாலையில்

இவ்வினத்து பிள்ளைகளை சேர்ப்பதில்லை[18] என்றும் மனுவில் கண்டிருந்தது. அந்த பலகை யெடுபட்டுபோகவும் கலாசாலையில் பிள்ளைகளைச் சிலகாலத்திற்கு பிறகு சேர்க்கவும் இம்மனுவே காரணம்.

லேபர் கமிஷனர்[19] ஸ்தாபிதம் மேற்கண்ட மனுவால் ஏற்பட்டது

மனு பிரதிகள் பார்லிமென்டு மெம்பர்கள் ஒவ்வொருவருக்கும் கொடுக்கப்பட்டன. இதனால் ஜாதி இந்துக்கள் குரூரமாய் பல கோடிகணக்கான உழவு தொழில் செய்யும் உழைப்பாளிகளை நடத்துவதைப்பற்றி இங்கிலாந்திலுள்ள எல்லா பத்திரிகைகளும் பிரஸ்தாபம் செய்தன. இவ்வித கொடுமை இந்தியாவில் வியாபித்திருக்க இந்தியா கவர்ண்மென்டார் எப்படி அதை கவனியாதிருக்ககூடுமென்ற கிளர்ச்சியும் ஏற்பட்டு இந்தியா கவர்ண்மென்டார் நடவடிக்கை எடுத்துக்கொள்ளவேண்டுமென இந்தியா செக்ரடரியார் வற்புறுத்தியதன் பயனாக இந்தியா கவர்ண்மென்டார் சென்னை கவர்ண்மென்டாரோடு ஆலோசிக்க தொடங்கினார்கள். இப்படி பல வருஷங்கள் சென்றபிறகு ஒடுக்கப்பட்டாரை கல்வியிலும் பொருளாதாரத்திலும் விருத்திக்கு கொண்டுவரும்படி சிவில் சர்வீஸ் உத்தியோகஸ்தர்களில் வயதிலும் உத்தியோகத்திலும் மூத்தவரும் அனுபோகமுள்ளவருமான ஒருவரை இரக்ஷகராக (*Protector*) நியமித்து அவருக்கு ஒரு ஸ்தாபிதமும் கொடுத்து இந்த ஒடுக்கப்பட்டாரை முன்னேற்றம்செய்ய தீர்மானித்தார்கள். அதுமுதல் பள்ளிக்கூடங்கள், குடியிருப்பு மனைகள், விவசாய நிலம் முதலியவைகளை ஒடுக்கப்பட்டார் பெற்று வருகிறார்கள். இவ்வினத்தவர் விருத்திக்காக யேற்படுத்திய இரக்ஷகரும் அவர் ஸ்தாபிதமும் கைதொழிலாளரையும் கவனிக்க வேண்டுமென யேற்பட்டபோது லேபர் கமிஷனர் என்று அவர் அழைக்கப்பட்டு வருகிறார்.

செங்கல்பட்டு ஜில்லாவில் தற்காஸ்து நிலம் இவ்வினத்தவருக்கு கொடுக்கப்படவேண்டுமென கவர்ண்மென்டாரைக் கோரியிருந்தேன். அந்த ஜில்லாவில் இவர்களுக்கு கொடுக்க ஒரு ஏக்கரா நிலமும் கிடையாதென்று தெரிவித்தார்கள். 1894 ஹு ஏப்ரல் 28 உ கிருஷ்ணா ஜில்லாவில் வேண்டிய நிலமிருப்பதாக கலைக்டர் அட்கின்ஸன்துரை[20] தெரிவித்தார். பண உதவியில்லாமல் அவ்வளவு தூரம்போய் ஏழைகள் விவசாயம் செய்யக்கூடாமல் போயிற்று. இப்போது ஆயிரக்கணக்கான ஏக்கரா நிலம் கொடுத்துவருவதுமன்றி ஆதி திராவிட ஏழை விவசாயிகள் நேராய் கலைக்டருக்கு தற்காஸ்து கொடுத்து நிலம் பெறுவதை காண்கிறோம். கல்வி விஷயத்திலும் லேபர்கமிஷனர் செய்துவரும்

உதவிகள் பல. தற்போது கவர்ண்மெண்டார் இவர்களுக்கு செய்துவரும் அநுக்கிரகங் களானது சிவில்சர்வீஸ் பரிக்ஷையை பறையர் மகாஜன சபையார் மறுத்ததினால் தீண்டாதார் என்போர் படுங் கடுங்கொடுமை வெளிப்பட்டதனாலன்றோ? நான் இந்தியாவில் இல்லா காலத்திலும் பறையர் மகாஜன ரபையார் ஏகோபித்தும் தனிதனி அங்கத்தினர்களாகவும் அரும் பிரயாசம் செய்து வந்திருக்கின்றார்கள். இப்போதும் இனஞ்சேரா சிலரைக் காண்கிறேன்.

ஆதி திராவிடர் சமூக மேற்பட்டதெப்படி?

இராஜ பிரதிநிதியும் கவர்னர் ஜனரலுமான எல்ஜின் (*Elgin*) பிரபு[21] 1895 ஷு டிசம்பர் மீ 6–உசென்னைக்கு விஜயமானபோது பறையர் சமூகத்தை நிலைநாட்ட கருதி சென்னை நகரில் ஜனரல் பாட்டர்ஸ்ரோடும் மவுண்டு ரோடும் சந்திக்குமிடத்தில் விசாலமான மவுண்டு ரோடுக்கு குறுக்கே நீண்டதோர் பந்தலிட்டு அதை சிங்காரித்து மத்தியில் இரு புரங்களிலும் "பறையர் மகாஜன சபையார் மாக்ஷிமை தங்கிய எல்ஜின் பிரபு பெருமாட்டி வரவேற்பு" என்று தங்கம்போன்ற எழுத்துகளை யொட்டி நாட்டிய பிரிடஷ்த்வஜங்கள் காற்றிலசைந்து வருக! வருக! வென்றழைக்க இந்திய அரசர் மற்றும் பிரதான கனவான்களுமுள்பிரவேசித்து ரதாரூடராய் போக அவ்வினத்தவர் கண்டு களித்து மகிழ்ந்து பெருமை கொண்டாடினார்கள். இரவிலும் தீபாலங்காரமிருந்தன.

கவர்னர் ஜனரல் அவர்களுக்கு வந்தனோபசார பத்திரிகை சமர்பிக்க உத்தரவுபெற்று மகாஜன சபை தலைவரையும் ஆறு அங்கத்தினர்களையும் காரியதரிசியாகிய நான் கவர்னர் வீட்டுக்கு அழைத்து போனேன். போகும் வழியில் எங்களில் ஒருவர் ஓர் ஆலோசனைச்செய்து இவ்வினத்திலுள்ள ஓர் கனதனவானையும்[22] அழைத்து போகலாம் என்றார். அதற்கிசைந்து சென்று அந்த தனவானைக் கண்டபோது அவர் தாமதம்செய்து வார்த்தைகளாடி வராமல்போனார். அதனால் காலதாமதமாகி குறித்த நேரத்திற்குமேல் அரைமணி தாமதமாகிவிட்டது. எங்களைக்காணாததால் கவர்ண்மெண்டு மாளிகைக்குள் பிரவேசிக்க பயந்து எங்கேனும் நாங்கள் நின்று கொண்டிருப்போமென்று கட்டிடத்தைச் சுற்றி சேவகர்கள் தேடிப்பார்த்துக் கொண்டிருந்தார்கள். நேராய் கட்டிடத்திற்கு முன்புறம் சென்று வண்டிகளை விட்டிறங்கி உள்பிரவேசித்தோம். கவர்னர் மாளிகைக்குள் இதற்குமுன் இவ்வினத்தவர் பிரவேசித்ததில்லை யாகையால் சீப்செக்ரடியாருக்கு இந்த சந்தேகமுண்டாயிற்று. அங்கே ஆங்கிலேய இந்தியர்கள், மகமதியர்கள், கிறிஸ்தவர்கள் எட்டு எட்டுபேர்கள் கும்பல்

கும்பலாக நின்றுகொண்டு கார்த்திருந்தார்கள். நாங்களும் ஒரு கும்பலாக சேர்ந்து நின்றோம். எங்களைக்கண்ட மற்ற சமூகத்தார் வெறுப்பும் சினமுங் கொண்டவர்களாகத் தோற்றப்பட்டார்கள். அவர்களோடு எங்களையும் சமமாக ஒரு சமூகத்தவராக அங்கீகரித்து தக்க சமாதானமான நல்மொழி கூறினார் எல்ஜின் பிரபு. அன்றுமுதல் இந்து சமூகத்தினின்று பிரிந்து பறையர் தனியதோர் சமூகத்தவர்களாக அங்கீகரிக்கப்பட்டார்கள். பின் இந்த இராஜபிரதிநிதிகளும் கவர்னர்களும் இவர்களை தனியதோர் சமூகமாக அங்கீகரித்தும் அனுசரித்தும் வருகின்றார்கள். 1898 ௵ மாக்ஷிமைபொருந்திய மகாராணி இந்தியா சக்ரவர்த்தினியின் அறுவதாவது ஆளுகை[23] விழாவின் போது வாழ்த்து கூறி அனுப்பிய உபசார பத்திரிகையை ராணியார் அகமகிழ்ந்து அங்கீகரித்ததாக இந்தியா செக்ரடெரியார் 1898 ௵ ஜூன் ௴ 11 – உ எழுதியிருக்கின்றார். மேற்கண்ட மூன்று சமூகத்தவர்போல் பறையர், பஞ்சமர், தாழ்த்தப்பட்டார் என்னும் பலபேரால் அழைக்கப்பட்டு வந்து இப்போது ஆதி திராவிடர் என வழங்கும் சமூகத்தவர்களுக்கு இதர சமூகத்தவர்கள்போல் அரசாங்கத்தில் காரிய நிர்வாகத்திலும், பரிபாலன நிறைவேற்றத்திலும், இராஜிய வியவகார மந்திரி பதவியிலும் பங்கு பெறும் உரிமை உண்டாகியிருக்கிறது. ஆனதால் சட்ட சபைகள், முனிசிபாலிட்டிகள், லோக்கல் போர்ட்டுகள் பஞ்சாயத்துகள் மற்றுமுள்ள ஸ்தாபனங்களுக்கு அங்கங்களாகவும், சிவில் சர்வீஸில் உயர்தர உத்தியோகஸ்தராகவும் இந்த இனத்தவர்கள் மந்திரிகளாகவும் மேயர்களாகவும் அமையப்படுவதுமன்றி கல்வியிலும் செல்வத்திலும் விருத்திபெற மேற்கண்ட இனத்தவர்களை நான் சேகரித்து ஒரு முக்கிய குல சமூகமாக நிலை நாட்டியதே மூலகாரணமாகும். இச்சமூகத்தவர்களின் மகாசபை தொடர்ந்து நடைப்பெற்றே வந்திருக்கிறது. கால வரையறுத்தல் முன்னிட்டு பெயர் மாற்றப்பட்டது. சென்னை மாகாண தாழ்த்தப்பட்டார் ஐக்கிய மகாசபை *(Madras Depressed Classes Federation)* என்றும் *(Scheduled Castes Party)* செடியூல் காஸ்ட் பார்ட்டி என்றும் இவ்வினத்திலுள்ள கனவான்கள் நடத்தி வருகிறார்கள்.[24] அதில் என்னை தலைவராக தேர்ந்தெடுத் திருக்கிறார்கள். இன்றைக்கும் இவ்வினத்தவரை ஜாதி இந்துக்கள் இம்சித்தே வருகிறார்கள். சில வருஷங்களாக சிவில் சர்வீஸ் பரீக்ஷை இந்தியாவிலும் நடைப்பெற்று வருகிறது. இந்த பரீக்ஷையில் தேர நமது குல வாலிபர்களும் அபேக்ஷகராகும் திறமையில் வந்திருப்பதால் பரீக்ஷை இந்தியாவில் நடப்பதைப்பற்றி எதிர் மறுக்கப் படவில்லை. நித்திய கருமானுஷ்டங்களை நடத்துகிறபோது என் இனத்தவர்கள் தௌர்ப்பாக்கியமான

நிலைமையை நினைத்து அவர்கள் அபிவிருத்தியடைந்து வாழக் கிருபைகூற கடவுளை நோக்கி நான் பிரார்த்தித்து வருகிறேன்.

தங்கள் சமூகத்தை சீர் தூக்க பாடுபடுபவர்கள் வம்ச பாரம்பரியமாய் சகல சம்பத்துடையவர்களாவார்கள்.

கல்வி

தாழ்த்தப்பட்டும் ஏழைகளாகவும் மௌடிகமுள்ளவர்களாகவு மிருக்கும் இச்சமூகத்தாரை உயர்த்த வேண்டுமானால் கல்வியை அவர்களுக்குள் பரவச் செய்யவேண்டுமென கருதி *G.O.68–1893* கவர்ண்மென்டார் உத்தரவு ஒன்று வெளிப்படுத்தினார்கள். அது ஒரு சிலாசாசனமென்றே சொல்லலாம். குறைந்தது ஏழு பிள்ளைகள் வாசிக்க சேர்ந்தால் அதை ஒரு பள்ளிக்கூடமாக கவர்ண்மென்டார் ஒப்புக்கொண்டு கிறாண்டு கொடுக்கவேண்டும் என்றும் இன்னும் பல அனுகூலமான விதிகளும் அதில் இருந்தன. தீண்டாதாருக்கு போதிக்க ஜாதி இந்துக்கள் முன்வராமலிருந்துவிட்டார்கள். தீண்டாதாருக்கு ஜனசமூகத்தில் உபாத்தியாயர்கள் கிடைக்கவில்லை. சென்னை நகரில் மதமாற்றுதலுக் கென்று அவரவர்கள் ஸ்தாபித்திருந்த பள்ளிக் கூடங்களுக்கு கவர்ண்மென்டார் உத்தரவு அனுகூல மாயிராததால் அந்த விதிகளின்படி இந்த இனத்து பிள்ளைகளை சேர்த்துக்கொள்ள மனமில்லாதவர்களாயிருந்தார்கள். ஆகையால் கவர்ண்மென்டார் உத்திரவு சென்னை நகருக்குள் பலிதப்படாமல் போய்விட்டது. இந்த தௌர்பாக்கியமான நிலையை கவர்ண்மென்டாருக்கு 1898–ம் ௵ அக்டோபர் மாதம் 21–ந் தேதி தெரிவித்தேன். நான் தெரிவித்ததின் பயனாக சென்னை முனிஸிபாலிட்டியார் பாடசாலைகளை ஸ்தாபிக்க வேண்டி உத்திரவளித்தார்கள். நாளுக்குநாள் உயர்தர கல்வியில் தேர்ந்துவர இவ்வினத்தவர் ஆரம்பித்து விட்டார்கள். சர்க்கார் ரிக்கார்டுகளை பரிசோதித்து பார்த்தால் 1772 வருஷ முதல் சர்க்கார் இவ்வினத்தவர்பொருட்டாய் கவலை எடுத்துவந்ததாக காணப்படுகிறது. அக்காலத்தில் பார்லிமெண்டுக்கும் நமது கவர்ண்மென்டாருக்கும் கடிதபோக்குவரவு நடந்து நம்மின குடியானவர்கள் பொருட்டாய் அனேக காரியங்களை நடத்தி இருக்கின்றனர். 1818 வருஷம் ரெவெனியூ போர்டார் கலைக்டர்களை நம்மின குடியானவர்களின் நிலைமையைப் பற்றி விசாரித்திருக்கின்றார்கள். பிறகு எப்படியோ கவனியாதிருந்து 1893–ம் வருஷம் கல்வி கற்பித்து கொடுக்க சர்க்கார் தலைப்பட்டார்கள். அப்போதும் சர்க்கார் முயற்சி பலிதப்படாமல் போயிற்று. கிராம முனிசீப்பு முதல் ரெவின்யூ இனிஸ்பெக்டர்கள், தாசில்தார்கள், டெப்ட்டி கலைக்டர்கள், கலைக்டர்கள், ரெவின்யூ போர்டு

மட்டுமுள்ள உத்தியோதஸ்தர்கள் ஜாதி–இந்து இன பந்துக்கள் அவர்களுக்குள் நிலபாத்தியமுள்ளவர்கள் அநேகர். இவ்வின குடியானவர்கள் முன்னேராமல் சூட்சமா சூட்சிகளை இச்சாதி இந்துக்கள் செய்துவந்ததே காரணம். 121 வருஷம் தூண்டுவாரற்று இருந்தது போல இனியுமில்லாமல் நம்மினத் தவர்களுக்குள் கல்வியை பரவச்செய்ய விடாமுயற்சியாய் இடைவிடாமல் பாடுபட வேண்டுமென அந்த 1893–ம் வருஷத்தில் *பறையன்* பத்திரிகை பிரசுரித்தேன். அது ஒரு தூண்டு கோலாயிற்று. லேபர் கமிஷனர் மூலமாகவும் டைரெக்டர் மூலமாகவும் வருஷா வருஷம் 20, 30 லக்ஷம் ரூபாய் சர்க்கார் செலவு செய்து கல்வி போதித்து வருகிறார்கள். இவ்வினத்தின்பேரால் பெற்றதைத் தாங்களும் அனுபவித்து தங்களினத்தவர்களுக்கும் உதவி, இனத்தை விருத்தி செய்ய வேண்டும். முன்னேற்றத்திக்கு கல்வியே முக்கிய காரணமாகும்.

சென்னை சர்வகலா சங்கத்தில்[25] 10 வருடமாக அங்கத்தினராக ஆதி திராவிடர் அபிவிருத்தியை கண்ணும் கருத்துமாய் காத்து வருகிறேன்.

சட்டசபை

நான் சட்டசபையைச் சேர்ந்த மூன்று மாதங்களுக்குள் ஒரு தீர்மானத்தை சபை முன்பாக கொண்டுபோனேன். சபையார் யேகவாக்காய் ஒப்புக்கொண்டார்கள். அதாவது, தாழ்த்தப்பட்ட வகுப்புகளைச் சேர்ந்தவர்கள் பொது ரஸ்தாக்கள், கிணறுகள், பொது கட்டிடங்கள், மார்கட்டுகள் முதலியவைகளை உபயோகிப்பது கவர்ண்மெண்டார் கொள்கை.

மதுவிலக்குவதை ஆரம்பிக்க கருதி வாரத்திற்கொருநாள் ஞாயிற்றுக் கிழமைகளிலும் பண்டிகை நாட்களிலும், கவர்ண்மெண்டார் விடுமுறை நாட்களிலும் சாராயக்கடைகள் மூடப்படவேண்டுமென ஓர் தீர்மானம் சட்டசபை முன்பாக கொண்டுபோனேன். அதைச் சபையார் ஏற்றுக்கொண்டார்கள். சில மாதங்கள் மட்டும் சாராயக் கடைகளை ஞாயிற்றுக் கிழமைகளில் மூடி வைத்திருந்து அதனால் கலால் வருமானம் குறைவுபடுகிற தென்று கவர்ண்மெண்டார் கடைகளை மறுபடியும் வழக்கம்போல் திறந்துவிட்டார்கள்.

எழுதப்படிக்கத் தெரியாத பாமர ஜனங்கள் பத்திரங்களில் கைநாட்டு அல்லது விரல் முத்திரை போட வேண்டுமானால் தாஸில்தார்களுக்கு முன்பாகவோ அல்லது அவர்களை போன்ற பொருப்பாளிகள் முன்பாகவோ சாட்சிகளுக்கு முன் பத்திரத்தில் அடங்கிய விஷயங்களை தெளிவாய் வாசித்து

காட்டி கைநாட்டு அல்லது விரல் முத்திரை போடும்படிசெய்து சாட்சிகள் கையொப்பங்களும் செய்யவைத்து மேற்கண்ட பொருப்பானவர்களும் கையொப்ப மிட்டு பத்திரத்தை பூர்த்தி செய்யவேண்டும். கிராம முனிசீப்புகள் கணக்கர்கள் முன்பாக கைநாட்டு விரல் முத்திரைபோடப்பட்ட பத்திரங்கள் செல்லப்படாது என்று ஒரு மசோதாகொண்டு போனேன். அதை கவர்ண்மென்டார் அங்கீகாரம் செய்யவில்லை.

முனிசீப்பு, கணக்கர் முதலானவர்களை வம்ச பரம்பரை பரியத்தை கொண்டு சர்க்கார் நியமனம் செய்யக்கூடாதென்று ஒரு தீர்மானம் கொண்டு போனேன். அதைபற்றி இந்த ராஜதானியிலுள்ள மேற்படி உத்தியோகஸ்தர்கள் கூட்டங்கள் கூடி வெகு வலுவாய் எதிர்த்திருக்கின்றார்கள். அந்தத் தீர்மானம் இன்னமும், சட்டசபைக்கு முன் வரவில்லை.

கிராம முனிசீப்பு கோர்ட்டுகளில் குற்றவாளிகளை தொழுவத்தில் போட்டுவைக்கும் சட்டத்தையும், வழக்கத்தையும் எடுபட செய்ததுமல்லாமல் தொழுவங்களைச் சுட்டெரிக்கவும் செய்தேன்.

உப்பு வரி முற்றிலும் எடுபட வேண்டுமென ஒரு தீர்மானம் சபைக்கு முன் கொண்டுவரப்பட்டது. உப்பு விலை மிகக் குறைவாயிருப்பதால் ஏழைகளுக்கு அதனால் கஷ்டமில்லை. உப்பு வரியால் சர்க்காருக்கு வரும் வருமானத்தைக் கொண்டு ஏழைக் குடிகளுக்கு உபகாரம் செய்யலாமென்று நான் எதிர்த்தேன். வரி எடுபடவில்லை. அப்படி எடுபடாததால் இந்தியா கவர்ண்மென்டார் சென்னை கவர்ண்மென்டாருக்கு பத்து லக்ஷத்திற்கு மேலாக கொடுக்க வேண்டிய யேற்பாடிருந்தது. அது ஆதிதிராவிடர்களுக்கு கவர்ண்மென்டார் கொடுப்பார்களென எண்ணினேன். அதை வேறு காரியத்திற்கு சர்க்கார் உபயோகித்துக் கொண்டார்கள்.

நிலவரியைக் குறைக்கவேண்டுமென ஒரு தீர்மானம் கொண்டு வரப்பட்டது. நிலசுவான்கள் சாகுபடி செய்யக் கூடியதற்கு மேலாக விஸ்தீரமான நிலங்களை வைத்துக் கொண்டிருக்கிறார்கள். அடுத்து கவர்ண்மென்டு நிலத்தை சாகுபடி செய்து பிழைக்க ஏழை குடியானவர்கள் மனு செய்து கொண்டால் நீர்பிடிப்பு, மேய்கால் மாடுகள் போகும்வழி, பொங்கலுக்கு மாடுகள் சேர்ந்து நிற்குமிடம், ஒரு கல்லை நட்டுவிட்டு எல்லைப்பிடாரியை பூசைசெய்யுமிடம் என்னும் பலவித ஆட்சேபனைகள் செய்து, உழவு உழைப்பாளிகளுக்கு நாளொன்றுக்கு இரண்டு அணா கூலியும் சரிவரக் கொடாமல் தனவந்தராய் தங்கள் பிள்ளைகளை கல்வியில் தேற்றி பெரும்

உத்தியோகஸ்தராகச் செய்து மேல்மெத்தை வீடுகளிலும் மோட்டார்களில் சுற்றி சுகம் பெற்றிருக்குமிவர்கள் நிலவரி செலுத்த சக்தியற்றவர்களென்றாலெவ்வளவும் ஒப்புக் கொள்ள கூடியதல்ல வென்று பலமாய் எதிர்த்து தாக்கினேன். வரி குறைக்கப்படவில்லை.

சபையின் பல கமிட்டிகளில் வீற்றிருந்தேன். அங்கே நான் பேசிய விஷயங்கள் அனேகம். பல கமிஷன்களுக்கு முன்னால் சாஷியம் கூறியுமிருக்கிறேன்.

சட்டசபையில் தாழ்த்தப்பட்ட இனத்தவரான கனம் தங்கிய அங்கத்தோர்கள் தங்கள் தொகுதியில் என்னை தலைவராக தெரிந்தெடுத்து வைத்திருந்தார்கள். பதினைந்து வருடம் சட்டசபையில் வீற்றிருந்தேன்.[26] பின்னும் தற்போது நடக்கும் சட்டசபையில் மேல்சபை (Legislative Council)யில் நான் நியமிக்கப்பெற்று வீற்றிருக்கின்றேன்.

பழக்க வழக்கம்

இந்த சரித்திரத்தை அச்சிடபோகும் தறுவாயில் ஆதி திராவிடர்களைப் பல இடுக்கண்களால் ஜாதி இந்துக்கள் வாதித்து வரும் பழக்கம், வழக்கம், மாமூல் என்பவைகள் வேரோடு களைந்தெரிய ஓர் மசோதாவை ராவ் பகதூர் எம்.சி. ராஜா கொண்டு போனார். இரண்டு சட்ட சபைகளும் அங்கீகரித்திருக்கின்றன. இந்த சட்டமும் பிரிடிஷ் மலையாளம் ஜில்லா ஆலய பிரவேச சட்டமும் பல்லில்லா பாம்புகளை யொத்தன. இச்சட்டங்களை மீறினவர்கள் பேரில் சிவில் கோர்ட்டில் தாவா தொடுக்கவேண்டுமாம். ஜாதி இந்துக்கள் அவைகளைப் பசியால் வருந்த செய்து கொன்றுவிடாமல் இவ்வினத்தார் காப்பாற்றினால் சிலநாளில் பற்கள் முளைத்துவிடும்.

வட்டமேஜை மஹாநாடு

சவர்கட்சி மகாசபை என்னும் வட்டமேஜை மஹாநாட்டுக்கு என்னையும் டாக்டர் அம்பேத்காரையும் இந்தியாவில் தாழ்த்தப்பட்டார் பிரதிநிதிகளாக கவர்ண்மென்டார் தேர்ந்தெடுத்து வரவழைத்திருந்தார்கள். நாங்களிருவரும் நகமும் சதையுமாகவிருந்து உழைத்தோம். 1928–1929-ம் வருஷங்களில் நடந்த மகா சபைக்கு[27] நாங்களிருவரும் சென்றிருந்தோம். 1930-ம் வருஷம் டாக்டர் மட்டும் மகா சபைக்குப் போனார். என் ஆலோசனையை கேட்க இந்தியா இராஜபிரதிநிதி கமிட்டிக்கு (Viceroy's Consultative Committee) என்னை அழைத்துக்

கொண்டார்கள். இந்தியாவிலுள்ள இந்த ஜனாங்கத் தாரவர்களுக்கு தனி தொகுதியும் வோட்டு உரிமையும் மற்ற சமூகத்தார்களைவிட அதிக அனுகூலமாக அனுக்கிரகிக்கப் பட்டது. இதின் பலாபலன்களை அடுத்த இரண்டு மூன்று எலக்ஷன்களில் தாழ்த்தப்பட்டோர் தெரிந்து கொள்ளுவார்கள். சில நாட்களில் தாழ்த்தப்பட்டோர் உயர்ந்தப் பட்டோராகியும் வெகு வலுவான சமூகத்தவர்களாகியும் ஆட்சியை கைப்பற்றும் நிலைக்கும் வந்துவிடுவார்கள். இதையறிந்த ஜாதி இந்துக்கள் தாழ்த்தப்பட்டோர் தங்களின்று பிரிந்து பெரியதோர் தனி சமூகமாக ஆகாதவண்ணம் தங்களோடு சேர்ந்துகொள்ள ஆலய பிரவேசம் என்றும் தீண்டாமையை யொழிப்பதென்றும் கிளர்ச்சி செய்து வருகிறார்கள்.

இந்த மகாசபை நடந்துகொண்டிருக்கும் காலத்தில் நேர்ந்த இரண்டொரு சம்பவங்களை மாத்திரம் சுருக்கி சொல்லுகிறேன். ஜார்ஜ் மன்னரையும்[28] இராணியையும் காணும்பொருட்டு வின்சர் காஸ்சல் *(Windsor Castle)* என்னும் ராஜமாளிகைக்கு சபைக்கு சென்றிருந்த இந்தியா பிரதிநிதிகள் அழைக்கப்பட்டார்கள். என்னுடனும் சக்கரவர்த்தி, சர்க்கரவர்த்தினி இருவரும் கை குலுக்கி உபசரித்தார்கள். இப்படியாக மூன்றுதடவை நடந்தது. ராஜமாளிகையில் சிற்றுண்டியும் பரிமாரப்பட்டது. பின்னுமோர்தடவை மன்னவரிடம் சம்பாஷிக்க நேர்ந்தது. தீண்டாமை என்றால் என்னவென்று மன்னவர் வினவினார். மேல்ஜாதியான் என்போன் கீழ்ஜாதியான் என்போனைத் தீண்டமாட்டான் என்றபோது "ஒரு கீழ்ஜாதியான் தெருவில் விழுந்து விட்டால் மேல்ஜாதியான் தூக்கிவிடமாட்டானா" என்று மன்னவர் பின்னும் வினவினார். தூக்கிவிடமாட்டான் என்றபோது மன்னவர் திடுக்கிட்டு அசைந்துநின்று "அவ்விதம் நடக்க என் ராஜியத்தில் விடவேமாட்டேன்" என்றார். மன்னவர் மாளிகைக்குள் பிரவேசிக்கவும் மன்னரோடு கைகுலுக்கி பேசவுமுண்டான பாக்கியம் நமது சமூகத்தை பொருந்தியதல்லவா? இதர சமூகத்தவரோடு நம்மையும் சமமாக மன்னவர் நடத்தியதினால் ஆங்கிலேய அரசாட்சி எவ்வளவு அன்பும், அருமையுமானதென்றும் நம்மினம் முன்னேறவுஞ் செய்ததென்றும் விளங்குகிறது.

சிவில் சர்வீஸ் பரீக்ஷை இந்தியாவில் நடைபெற கூடாதென்று தாழ்த்தப்பட்டார் எதிர் மறுத்ததை முன்னிட்டு விவாதம் நடந்தபோது காங்கிரஸுக்கு சார்பாகவிருந்த நார்ட்டன்[29] *(Eardly Norton)* துரை அவர்கள் ஏளிதமாய் தாழ்த்தப்பட்டோனாயிருக்கும் நான் பாடிங்டன் *(Paddington)* என்னும் ஓர் குக்கிராம குடிசையினின்று செண்ட் ஜேம்ஸ் *(St. James Palace)* என்னும்

ராஜ மாளிகைக்குப்போக அபேட்சிக்கின்றேன் என்றார். வட்டமேஜை மகாசபை செண்ட் ஜேம்ஸ் மாளிகையில்தான் நடந்தது. ஒருநாள் அம்மாளிகையின் ஒரு பெரிய அறையில் நான் வீற்றிருக்கும்போது நார்ட்டன் துரை சொன்னது என் ஞாபகத்திற்கு வந்தது. நான் புன்சிரிப்பு கொண்டு ஏழை மக்களின் பொருட்டாக நடப்பதெல்லாமிறைவன் செயலென மகிழ்ந்தேன்.

நான் இந்தியா திரும்பிவந்தபோது மகாசபையில் இவ்வினத் தவர்பால் நடந்த விஷயங்களை என் சொந்த செலவில் பிரசுரம் செய்தும் பல கூட்டங்கள் கூட்டியும் விளக்கிக்காட்டினேன்.

(புதிய சீர்திருத்தம்) பூனா ஒப்பந்தம்[30]

இந்த ஒப்பந்தத்திற்கு பிறகு மாகாண சட்டசபையானது (மேல் சபை) கவுன்சில் *(Council)* என்றும் (கீழ் சபை) அசம்பிளி *(Assembly)* என்றும் சென்னையில் அமைக்கப்பட்டிருந்தது.

கூட்டுத்தொகுதி

அசம்பிளியில் ஒடுக்கப்பட்ட வகுப்பினர்களை இதர சமூக கக்ஷிக்காரர்கள் தங்கள் பக்கம் சேர்த்துக்கொள்ள முயன்றார்கள். அசம்பிளிக்கு தேர்ந்தெடுக்கப்பட்ட 30 மெம்பர்கள் தனியானதோர் கட்சியாயிராமல் அவர்களில் 27 பேர்கள் காங்ரஸ் கட்சியில் சேர்ந்துவிட்டார்கள். இவர்களை தெரிந்தெடுத்தவர்களும் *(Voters)* தெரிந்தெடுக்கப்பட்டவர்களும் *(Elected members)* தங்கள் சமூக சேவை இன்னதென்றும் அதனால் உண்டாகும் பலாபலன்களை கவனியாதவர்களாகவோ தெரியாதவர் களாகவோ நடந்துவருகிறார்கள் என்பதை தெரியாமல் கூட்டு தொகுதியாலுண்டான கெடுதி என்று இச்சமூகத்தவர்களில் பலர் அபிப்பிராயம் கொள்ளலாம். அறியாமையோ வறுமையோ இதற்கு காரணமாகக் கொள்ள வேண்டுமேயொழிய கூட்டு தொகுதியில் மாத்திரமல்ல தனித் தொகுதியினாலும் மேற்கண்ட காரணங்களால் கெடுதியே நேரிடும்.

தனித்தொகுதி

சென்ற 1938 ஆு நவம்பர் மீ கார்ப்போரேஷன் தேர்தல் நடந்த போது ஆதிதிராவிடர் சமூகத்திற்கென்று தனித் தொகுதியில் ஒதுக்கிவைத்த ஸ்தானத்திற்கு அபேஷகராக நின்றவர்கள் இதர சமூகத்திற்கும் இதர கட்சிக்கும் நிற்பதாக சொல்லி நிற்க ஆதி திராவிட சமூக (ஓட்டர்கள்) தெரிந்தெடுப்பவர்கள் சம்மதம் கொடுத்து ஆதரித்தார்கள். இதனால் இந்நகரில் கல்வியும் சற்று பொருட்செல்வமும் விதரணையும் தேர்தல் காரியங்களை

நன்கறிந்தவர்களும் தங்கள் சமூகத்தை அலட்சித்து இதர சமூகத்தையும் இதர கட்சியையும் ஆதரித்ததாக தெரிய வருகிறது. சமூகத்தவர் செய்யும் குற்றத்திற்கு பூனா ஒப்பந்தம் செய்தோரை நிந்திப்பதேன். தேச சரித்திரத்தையும் ஆதி திராவிட சமூகத்தவர் சரித்திரத்தையும் பார்த்தால் ஒப்பந்தத்தில் கண்டிருக்கும் பத்து வருஷங்கள் பத்து நொடிகள் போல் பறந்துவிடும்.

நானும் என் சகா அம்பேத்காரும் வட்டமேஜை மகாநாட்டில் வேண்டிய பாடுகள்பட்டு வாக்குரிமைக்கான யோக்கியதை இச்சமூகத்தவருக்கு வெகு சுலபமாய் மட்டு படுத்தினோம். இவ்வினத்தவர் வாக்குரிமைகளால் சட்டசபையில் அங்கத்தினவராய் அமைந்த 30 பேரில் 27 பேர் தங்கள் வாக்குரிமைகளை இதர கட்சியாருக்கு பலி கொடுத்து கொண்டிருக்க இச்சமூகத்தவர் கவனியாதிருப்பதை பார்க்க என் மனம் வருந்துகிறது. சமூகச் சேவை செய்வோர் தங்கள் சந்ததி செழிக்க உழைப்பராவர்.

ஆலய பிரவேசம்[31]

தீண்டாமை என்பது இந்தியாவிலிருக்குமட்டும் பூரண சுயராஜிய மேற்படுவது சாத்தியமல்லவென்று ஜாதி இந்துக்கள் உணர்ந்து தீண்டப் படாதவர்களை ஆலயங்களுக்குள் விடுவதாக ஆலயபிரவேசம் என்னும் மசோதா ரூபமாக இயக்கத்தை ஜாதி இந்துக்கள் கவர்ண்மென்டார் மூலமாக சட்டசபைக்கு கொண்டுவந்தார்கள். அந்த மசோதாவை சட்ட சபைகளிரண்டும் அங்கீகரித்து சட்டமேற்படுத்திவிட்டன. பிரிட்டிஷ் மலையாளம் ஜில்லாவில் இந்து ஆலயங்களில் தீண்டாதாரென்னும் இந்துக்கள் உள்பிரவேசிக்க விட அனுசரிக்கவேண்டிய கிரமங்கள் அந்த சட்டத்தில் கண்டிருக்கின்றன. கூடிய சீக்கிரம் அமலுக்கு வரும்போலும். அநேக முக்கியமான ஆலயங்கள் ஆதி திராவிட சமூகத்தைச் சார்ந்த பெரியோர்கள் தகனமான இடத்தில் கட்டப்பட்டனவென *பறையன்* என்ற பத்திரிகையிலும் சமீபகாலத்தில் துண்டு பத்திரிகையிலும் பிரஸ்தாபித்திருக்கிறேன். ஆதி திராவிடர் ஆலயங்களில் பிராமணர் முதலாக சகல ஜாதியாரும் மதஸ்தரும் பிரவேசித்து வணங்கலாம். ஆனால் ஜாதி இந்துக்கள் ஆலயங்களில் தங்களுக்குள்ளடங்கியிருக்கும் நாலு ஜாதியாரைத்தவிர வேறு யாரும் பிரவேசிக்கக்கூடாது.

ஜாதி இந்துக்கள் ஆலயங்களை ஆதி திராவிடருக்கு திறந்துவிட்டால் விருப்பமுள்ளவர்கள் பிரவேசிக்கலாம். ஜாதி இந்துக்கள் தங்கள் ஆலயங்களை திறந்துவிட அவர்களுக்குள்ளே ஆலோசித்து தீர்மானித்துக் கொள்ளட்டும். *ஆலயப் பிரவேசம்*

என்னும் துண்டு பத்திரிகையில் இதை வெகுவாய் பிரஸ்தாபித் திருக்கின்றேன்.

சனாதன தருமம் என்பதை நிலை நாட்ட இந்துக்களில் ஓர் பிரிவார் சென்ற வருஷம் சென்னையில் கூட்டமாய் கூடியபோது ஒரு துண்டு பத்திரிகை பிரசுரித்து கொடுத்தேன். அதில் திருச்சிராபுரம் சாம்பவ சாம்பான்[32] என்பவரை ஜம்புகேஸ்வரர் என்றும், தஞ்சவூர் பிரவிடை சாம்பான் என்பவரை பிரகதீஸ்வரர் என்றும், திருவாரூர் தியாக சாம்பான் என்பவரை தியாக ராஜ பெருமாள் என்றும் பெயர் மாற்றி அவர்கள் தகனம் செய்யப்பட்ட இடங்களில் கட்டியிருக்கும் திருபணிகளை கைப்பற்றிக் கொண்டு, மானியம் திரவிய முதலான உரிமைகளை அபகரித்ததுமல்லாமல் சாம்பவ சந்ததியாரை அத்திருப்பணிகளுக்குள் பிரவேசிக்க வொட்டாமல் நீக்கி வைத்திருப்பது தருமமாவென்று கேட்டிருக்கின்றேன்.

மதமாற்றல்

இந்துக்கள் அடக்கத்தினின்று தாழ்த்தப்பட்டார் மதமாற வேண்டு மென்று டாக்டர் அம்பேத்கார் பஹிரங்கமாய் பிரஸ்தாபித்தபோது[33] தாழ்த்தப்பட்டார் இந்துக்கள் அடக்கத்தி லில்லை தாங்களிருக்கும் மதத்திலிருந்து கொண்டே ஆண்மையான வீரத்துவத்துடன் முன்னேற வேண்டுமென்று உடனே தந்திமூலமாக பிரஸ்தாபித்தேன். இந்துக்கள் அனுசரிக்கும் நாலு வர்ணங்களிலொன்றிலேனும் சேர்ந்திராத தால் தாழ்த்தப்பட்டார் இந்துக்கள் அடக்கத்திலில்லை என்பது வெளிப்படை.

பௌத்த மதம்

1882—ம் ஷு மாது ஸ்ரீ பிளாவட்ஸ்கி அம்மை[34]யையும் கர்னல் ஆல்காட்டு[35] அவர்களையும் நீலகிரியில் தரிசித்து அவர்களுடன் சிலநாள் பழகிவந்தேன். யோகானுபவ சங்கத்தில் சேர்ந்து அதின் தலைவறாயிருந்த கர்னல் ஆல்காட்டு அவர்களால் தீக்ஷை பெற்றேன். பௌத்த மதத்தை சீர் தூக்கி அவர் பேசுவார். 1900—ம் வருஷம் அம்மதத்தை தாழ்த்தப்பட்டார் சமூகத்தில் நுழைக்க தொடங்கினார். சமூகத்தில் பிரிவினையுண் டாகுமென அஞ்சி அவரை பத்திரிகைமூலமாய் தாக்கினேன். ஒருவரையொருவர் தான் தோன்றிய தம்பிரான் என்று தர்க்கித்துக் கொண்டோம். சிலர் அம்மதம் புகுந்தார்கள். பறையர் என்பதைவிட பௌத்தர் என்பது சிலாக்கியமான தென்று சொல்லிக் கொண்டார்கள். சில இடங்களில் மடங்களைக் கட்டிக்கொண்டார்கள். பறையர் அல்லது ஆதி திராவிடர்கள் என்னும் சமூகத்தவர்களுக்கு

கல்வியிலும் பொருளாதாரத்திலும் சர்க்கார் கொடுக்க யேற்படுத்தியிருக்கும் உதவி பௌத்த மதஸ்தராய் மாறிய சமூகத்தவர்களுக்கு கிடைக்கக்கூடாததாயிற்று.

இந்து சமயவாதிகளென்னும் ஜாதி இந்துக்களும் தமிழ் சமயிகளான தாழ்த்தப்பட்டாரும் ஒரே மதசார்பினராவர். ஜாதி இந்துக்கள் செய்யும் கொடுமையை தாளமுடியாமல் தாழ்த்தப் பட்டார் மதமாறிபோகிறார்கள். தெளர்பாக்கிய நிலையினின்று சீர்தூக்க வேணுமென தாழ்த்தப்பட்டார் பல நூற்றாண்டுகளாக முறையிட்டதற்கிணங்கி கல்வியிலும் செல்வத்திலும் விருத்திப்பெற கவர்ண்மென்டார் பல வருடங்களாக உதவி புரிந்து வருகிறார்கள். தாழ்த்தப்பட்டார் சமூகத்தினின்று மதமாறி வேறு சமூகத்தில் சேர்ந்து கொண்டவர்கள் தங்களை தாழ்த்தப்பட்டாரோடு சேர்த்து உதவ வேண்டுமென விதண்டாவாதம் கவர்ண்மென்டாரிடம் தொடுத்திருக்கிறார்கள். கவர்ண்மென்டார் சட்டபடி சமூகங்களின் வரையறையேற்பட்டிருக்கிறது. ஒரு சமூகத்தவருக்கு கவர்ண்மென்டார் கொடுத்த உதவியை மற்றொரு சமயத்தார் பெற கூடாது. ஒரு மதத்தினின்று வேறொரு மதத்திற்கு மாறினால் ஒரு சமூகத்தி னின்று வேறொரு சமூகத்திற்கு மாறினவர்களாவார்கள். அவர்கள் முன்னிருந்த சமூகத்திற்கு கிடைத்த உதவியை மாறியிருக்கும் சமூகத்தினின்று பெறக்கூடாது. அப்படி பெறச்செய்தால் மதமாறியவர்களே முழு உதவியையு மேற்றுக் கொள்வார்கள். அன்றியும் தங்கள் மதமாற்றும் சூட்சியுமுண் டாகுமென தாழ்த்தப்பட்ட சமூகத்தார் பீதி கொள்ளுகிறார்கள். மதமாறி வேறு சமூகத்தைச் சேர்ந்தவர்கள் தனிப்பட தங்களுக்கு வேண்டிய உதவியை சர்க்காரிடமிருந்து பெற்றுக் கொள்ளுவது உத்தமம். இந்தக் கருத்தைக் கொண்டு சட்ட சபையில் பலதரம் பேசியும் பத்திரிகைகளுக் கெழுதியும் வருகிறேன்.

இந்திய காங்ரஸ்[36]

1884 – ஸ்ரீ சென்னையில் அடையார் என்னுமிடத்தில் தியாசபிக்கல் சொஸயிட்டி என்னும் யோகானுபவ ஞான சங்கத்தின் வருஷாந்தர உற்சவம் நடந்தது. சங்கத்தில் நானும் ஓர் அங்கத்தினர். அந்த உற்சவத்திற்கு வங்காள பாபுகளும், பம்பாய் பார்சீகளும், நமது மாகாண பிராமணர்களும், ஐரோப்பா, அமேரிக்கா, இலங்கை முதலான தேசங்களிலிருந்து பலரும் வந்து கூடினார்கள். நானும் போய்கூடினேன். கர்னல் ஆல்காட் என்பவர் சங்கத்தின் தலைவர். அப்போது வங்காள பாபுகள் ஒரு ஆலோசனை செய்தார்கள். அதாவது இந்தியர்கள் இம்மாதரியாகக்கூடி அரசியல் விஷயமாய் ஒரு சபை நடத்த

கூடுமென்பது. அவர்கள் கல்கத்தா திரும்பியபிறகு இந்தியா காங்ரஸ் என்பது 1885–ம் ௵ ஏற்பட்டது. இந்த காங்ரஸ் உற்பத்தியானதற்கு காரணஸ்தர் அவர்தானென்று கர்னல் ஆல்காட் தன்னை சொல்லிக் கொள்வார்.

இந்தியா காங்ரஸில் மிக தனவந்தரும் மேதாவியருமே இருந்து நடத்தி அரசாட்சியை கைப்பற்றவேண்டுமென்னும் நோக்கத்துடன் பேசியும் நடவடிக்கை நடத்தியும் வந்தார்களே யொழிய கோடி கணக்காய் இந்தியாவில் தாழ்த்தப்பட்டும் மிக ஏழ்மைத்தனத்திற்குள்ளாக்கப் பட்டுமிருக்கும் தங்கள் தேசத்தவர்களின் முன்னேற்றத்தை எவ்வளவும் நினைத்தார்களில்லை. அதனால் காங்ரஸ்காரரிடம் வெறுப்பும் எதிர்ப்பும் தாழ்த்தப்பட்டோருக்குண்டாகிக் கொண்டிருக்கின்றன. 1894–ம் ௵ சிவில் சர்வீஸ் பரீக்ஷை இந்தியாவிலும் நடைபெற வேண்டுமென பார்லிமென்ட்டு முன்பாக காங்ரஸ்காரர் கொண்டுபோன மசோதாவை தாழ்த்தப்பட்டார் எதிர்மறுத்து வெற்றிபெற்றார்கள். 45 வருஷங்களாக காங்ரஸ்காரரோடு தாழ்த்தப்பட்டார் வாதம் தொடுத்து கொண்டிருக்கிறார்கள்.

1918–ம் ௵ திரு காந்தி அவர்கள் வெளிகிளம்பி அவரும் அவர் சார்பாயுள்ளவர்களும் தீண்டாமையை யொழிக்க வேண்டுமென ஜாதி இந்துக்களிடம் இருபது வருஷங்களாய் கிளர்ச்சிசெய்து வருவது கானகத்தே பெய்யும் மழை போலிருக்கிறது. திரு காந்தி அவர்கள் காங்ரஸுக்கு கற்பிக்கும் மேலதிகாரியாக விளங்குகிறார். தீண்டாமையை யொழிக்க வேண்டுமென்று சொல்ல ஜாதி இந்துக்கள் நா திரும்பியிருக்கிறதே யொழிய அவர்கள் மனம் திரும்பவில்லை. தாழ்த்தப்பட்டாரில் ஒரு சிலர் சொல்லுவது: “தீண்டாமை என்னும் பேய் ஜாதி இந்துக்களை பிடித்தாட்டுகிறது. தாங்களே அதை ஓட்ட முடியாது. நாங்கள் தடியெடுத்தால் ஒரு வருஷத்திற்குள் நாட்டைவிட்டு துறத்திவிடுவோம். கலகம் பிறந்தால் நியாயம் பிறக்கும்.” கலகம் கொடிய துன்பத்திற் குள்ளாக்கும். அதினின்று மீள வெகுநாள் செல்லும் என்பேன். விரோதமும், வெறுப்பும், மமதையும் பாவமானவைகள். அரசியல் தந்திரங்களையறிந்து ஆட்சியை கைப்பற்றும் முறையை நாடி உழைப்பதே உபாயம். அதற்கு ஆதி திராவிடர் சமூகத்தை வலிவு செய்யவேண்டும். ஆட்டுக்கடாக்கள் சண்டையில் புகுவதும், ஆடு நனைகிறதென்று குந்தி அழுவதும் மந்தையில் பாய்ந்து கொள்ளையாடுவதுமான ஜாதி இந்துக்களைக் காண்கிறோம். இவர்களை அகட்டியும், பதவிக்கும் பணத்திற்கும் சமூகத்தை வஞ்சிப்பவர்களை வழிப்படவும் செய்யவேண்டும். காங்ரஸ்காரரும் ஜாதி இந்துக்களும் சுயராஜிய முறையில் ஆட்சி நடத்திவருகிறார்கள். இன்னும் பூரண சுயராஜியம்

பெற பாடுபடுகிறார்கள். அவர்களதை கைப்பற்றாமுன் எதிர்மறுத்து நின்று ஆதி திராவிடர்கள் தங்கள் சமூகத்தை வலிவுபடுத்தி தீவிரமாக கரையேறவேண்டும். நஷ்டமும் கஷ்டமும் தங்களுக்குண்டாகுமென ஜாதி இந்துக்கள் உணருமட்டும் தாழ்த்தப்பட்டாருக்கு வழிவிடமாட்டார்கள் என்பது என் அனுபவம். நாம் சமூகத்தை ஆதரித்து சமூக சேவை செய்யவேண்டும்.

திரு காந்தி அவர்கள்

திரு காந்தி அவர்களைக் கல்வியாளரும் கனதனவான்களும் எப்பவும் சூழ்ந்திருப்பார்கள். 1895–6–ம் வருஷத்தில் பச்சையப்பன் கலாசாலையிலும் 1902–ம் வருஷம் கீழ் ஆபிரிகா, ஜான்ஸிபார் தீவிலும் இவர் உபநியாசத்தைக் கேட்டிருக்கின்றேன். தென்னாப்பிரிகா பீனிக்ஸ் என்னுமிடத்தில் அவர் உபவாசமிருந்து முடிவான பத்தாம் நாள் அவரைக் கண்டேன். என்னை உபசரித்து அன்பு பாராட்டினார். அன்றுமுதல் அவர் சிநேகம் எனக்குண்டாயிற்று. அது 1906–ம் வருஷத்திலிருக் கலாம். அவர் இந்தியா திரும்பியதும் தீண்டாமையைப்பற்றி கிளர்ச்சி செய்தார். 1920–ம் ஷு ஒரு பஹிரங்க கடிதம் எழுதினேன். அதை ஒரு சிறு புத்தகரூபமாய் பிரசுரித்தேன். வட்டமேஜை மகாநாடு நடந்தபோது பலதரம் சந்தித்தேன். தனித்தொகுதி தாழ்த்தப்பட்டாருக்கு கொடுக்க அவர் உயிர் போனாலும் விடமாட்டேன் என்று வாதம் தொடுத்தார். தாழ்த்தப்பட்டாருக்கு தனிதொகுதி கொடுக்கப்பட்டது. பூனாசேர்ந்து ஏராவாடா சிறைச் சாலையிலிருக்கும்போது தாழ்த்தப்பட்டாருக்கு தனித்தொகுதி யேற்பட்டதால் தன்னுயிரை மாய்த்துகொள்ளுவதாக உண்ணாவிரதம் ஆரம்பித்தார். சிறைச்சாலையில் மூன்றுதரம் கண்டேன். வாதாடி வெற்றி பெறுவதை இவர் தவிர்த்து உண்ணாவிரத மிருப்பது வீரத் தன்மையையிழந்து இரக்கத்தைத்தேட வேண்டியவரானார் என்பதைக் கண்டு என் மனதிரங்கி பூனா ஒப்பந்தத்தில் கையொப்பமிட்டேன். அவருக்கு அசரீரி கேழ்ப்பதைப் பற்றி அடிக்கடி பிரஸ்தாபிப்பார். அசரீரி வாக்கை நானும் கேட்டிருக்கின்றேன். அநேகர் கேழ்க்கும் அருள் பெற்றிருக்கிறார்கள். அதைப் பிரஸ்தாபிக்கக்கூடாதென்று பத்திரிகை வாயிலாய் வெளியிட்டேன். அவர் சென்னை வந்தபோது அவருடன் நான் சம்பாஷித்ததைச் சிறு புத்தகரூபமாய் வெளியிட்டிருக்கிறேன்.[37] தாழ்த்தப்பட்டார் சார்பாக பல லக்ஷம் கணக்கான பணத்தை வசூலித்து அவர்கள் பிள்ளைகள் கல்விக்காக செலவழித்தார். தீண்டாமையை யொழிக்க பல வருடங்களாக அவர் கிளர்ச்சி

செய்துவந்தும் ஜாதி இந்துக்களின் கல்மனதினின்று நாருரிக்க அவரால் முடியவில்லை. தாழ்த்தப்பட்டாரை ஹரிஜனங்கள் என்று இவர் பெயர்சூட்டி அழைத்துவருகிறார். *ஹரிஜனம்* என்னுமோர் பத்திரிகையும் பிரசுரம் செய்து வருகிறார். அவர் மனம்போனபடி ஏதேதோ எழுதி வருகிறார். அவைகளில் பெரும்பாலும் தாழ்த்தப்பட்டார் அபிப்பிராயமல்ல வென்றே சொல்லலாம். அது தன்னய தேட்டம். அவர் அசரீரி வாக்கைக் கேட்டறியும் அருள் பெற்ற ஒரு நல்ல ஆத்மா!

என் இல்வாழ்க்கை[38]

நான் கடனுக்காளாகாமலிருந்து வருவதும், எதிர்த்து பேசாத என்பிராணேசியின் சாந்த குணமும், சமூகத்திற்குழைக்க எனக்கு சாத்தியமாக இருந்தது. இதைச் சென்னை ஓட்டேரி மயானத்தில் அவர் சமாதிக் கல்லில் குறித்திருக்கின்றேன்.

முடிவுரை

பத்திரிகை பிரசுரிக்க நான் ஆரம்பித்தபோது வயோதிகமான பெரியார்கள் என்னைக்கண்டு ஆசீர்வதிக்கும்போது "அப்பா! நீர் விதைத்த விதை புளியம் விதைப்போல் வேரூன்றி, பெரும் விருட்சமாகி, பலமாய் மோதி அடிக்கும் பெரும் புயல் காற்றுக்கு வளைந்து கொடுத்து, செழித்தோங்கி, பயன் தருவதுபோலாகும். மற்ற விருட்சங்கள் புயல் காற்றை எதிர்த்து வளையாமல் முறிந்து கெடும்" என்றார்கள். கடல் கொந்தளிப்பில் பெரும் அலைகள் ஒன்றின்பின் ஒன்றாக மோதி தாக்குவதுபோல் இதர சமூகத்தவர்களான ஜாதி இந்துக்கள் இச்சரித்திரத்தில் கண்ட ஐம்பது வருடகாலத்தில் தாக்கியத் தாக்குதலுக் கெல்லாம் வளைந்து கொடுத்து அவர்களிடம் வெறுப்பு, விரோதம், தேசத்தில் கலகம் முதலியவைகளுக்கு இடங்கொடாமல் இராஜ விசுவாசிகளாய் கிராமங்களில் குடியானவர்களாக இருக்கும் இச்சமூகத்தார் மண்ணைக்கிளரி தேசமக்களை போஷித்து வருவதோடு, விதரணை தோன்ற தோன்ற விருத்திபெற்று, தேசத்திலுள்ள உரிமைகளில் விசேஷமான வாக்குரிமையின் வலிமையைத் தெரிந்து, தங்கள் கரத்திலிருக்கும் தாத்துக்கோலோடு தங்கள் சுயமுயற்சியால் செங்கோலுமேந்தி செழித்தோங்குவார்கள். இச்சமூக மக்கள் இனி வருங்காலத்தில் நாட்டிற்கு நல்லதோர் ஊன்றுகோலாக வலுக்க இறைவன் அருள் புரிவாராக.

அநுபந்தம் 1

சிவில் சர்விஸ் பரீக்ஷை எதிர் மறுப்பு

கிரேட்பிரிட்டன், ஐயர்லாந்து பார்லியமெண்டிலுள்ள மகா கனந்தங்கிய காமன்ஸ் என்னும் சபையாருக்கு.

சென்னையிலும் அதைச்சார்ந்த சுற்றுப்புறங்களிலும் வசிக்கும் பறையர் என்னும் வகுப்பினர் பஹிரங்க சபையாகக் கூடி அதிவிநயமாய்த் தெரிவித்துக் கொள்ளும் விண்ணப்பமாவது:

இச்சென்னை ராஜிதானியில் இப்பொழுதாகியிருக்கும் குடிமதிப்பின் பிரகாரம் தென்னிந்தியாவிலுள்ள பிரஜைகளின் மொத்தத் தொகையில் சற்றேறக்குறைய *90* லக்ஷம் அல்லது *100*–க்கு *25* வீதமாகக் கணக்கிடப் பட்டிருக்கும் பறையர் என்னும் வகுப்பினருக்கு பிரதிநிதிகளாகிய தங்கள் விண்ணப்பதாரிகள் தங்கள் கனம் பொருந்திய சபை சமூகத்துக்கு முன் ஜெனரல் செஸ்னி என்னும் பிரபுவானவர் கொண்டுவந்திருக்கும் முகமதிய பிரஜைகளின் விண்ணபத்திற்கொத்ததாய், ஏகக்காலத்தில் சிவில் சர்விஸ் பரீக்ஷயானது இந்தியாவிலும் இங்கிலாந்திலும் நடந்தேறிவரப் படாது என்பதை ஊர்ஜிதப்படுத்துகிறார்கள். அதை எப்படி ஊர்ஜிதப் படுத்துகிறார்களென்றாலோ சிவில் சர்விஸ் பரீக்ஷயானது ஏகக்காலத்தில் இந்தியாவிலும் இங்கிலாந்திலும் நடத்தப்பட வேண்டுமென்னும் ஏற்பாடானது ஹிந்துக்களில் வங்காளிகள், பிராமணர்கள்

என்னும் இரு வகுப்பினர்கள் கொள்ளும் உயர் பதவியான உத்தியோக அபேஷையை வெளியிடுவதாகவே தோன்றும். இந்த அபேக்ஷையை சுதேச பத்திரிகைகள் காத்தும் பேசுகின்றன. இது ராஜாங்கத்தில் ஆங்கிலேயர் மாத்திரம் சிறந்த சில உத்தியோகங்களை ஒப்புக்கொள்ளச்செய்யும். சிவில் சர்விஸ் உத்தியோகங் களினின்று அவரவர்களை தீர நீங்கச்செய்து கடைசியாய் அந்த உத்தியோகங்கள் அனைத்தையும் ஹிந்துக்களே கைப்பற்றிக் கொள்ளச்செய்யும். மேற்கண்ட நியாயங்களினாலும் இன்னும் பல நியாயங்களினாலும் இந்த ஏற்பாடு நிவாரணிக்கப்படத்தக்கதாயிருக்கிறது.

சீர்திருத்த நிலைமைக்குக் கொண்டுவரப்படவேண்டிய வர்களாயிருக்கிற பறையர் தற்காலத்திலும் முற்காலத்திலும் தீட்டும் கொடுங்கோன்மையான அடிமைத்தனத்திலிருந்து வருவதற்கு முதற் காரணஸ்தர்கள் பிராமணர்களே. ஆங்கிலேயரோடு பிராமணர்களை ஒப்பிட்டுப்பார்க்கில் நன்னெறி விஷயங்களில் பிராமணர்கள் கேவலஸ்தராவார்கள். தற்காலம் இந்த பிராமணர்கள் மாத்திரமே மேல் உச்சமாய் உயர்தர பதவிக்கு வரும் பரீக்ஷையில் தேறுகிறவர்களாவார்கள் என்னும் நோக்கம் தங்கள் விண்ணப்பதாரர்களுக்குத் தீர்க்கமாய்த் தெரிந்திருக்கிறது. தேசபிரமாணத்திற்கேற்றபடி பறையருக்கும் இந்த ஏற்பாடு ஹானியை விளைவிக்கும். பறையர் களென்னும் இந்த வகுப்பினர் விவசாயத்தொழில் செய்துவரு பவர்களுக்குள் பெரும்பாலும் மேல் உச்சமானவர்கள். பல தேசத்தார்களுக்குள் இருக்கிற பிரகாரமாய் விவசாயத் தொழில் செய்துவரும் பறையர் இந்தியாவில் ராஜாங்கத்தவர்களுக்கு ஊன்று கோலாயிருந்தே வந்திருக்கிறார்கள். ஆகையால் பவுல் என்னும் துரை தங்களது கனந் தங்கிய சமூகத்தில் கொண்டுவந்திருக்கும் இந்த நூதன ஏற்பாட்டைத் தடுக்கப் பிரார்த்திக்கின்றார்கள்.

வெளி ஜில்லாக்களில் மேல் ஜாதியாரின் பிள்ளைகள் படித்துவரும் கிராம பாடசாலைகளில் பறையரின் பிள்ளைகள் படிக்க இடமற்றிருக்கிறார்கள். உயர்ந்த ஜாதியார் குடியிருந்து வரும் கிராமங்களில் கிராம கன்று காலிகள் நடமாட பாதைவழியிருந்தும் பறையர் நடமாட பாதைவழி கிடையாது. ஊரார் தண்ணீர் மொண்டுகொள்ளும் நீர்நிலைகளில் இவர்கள் தண்ணீர் மொள்ளப்படாது. கிராமக் குடிகள் பல விஷயங்களிலும் இவர்களை ஜனாங்கத்தினின்று அப்புறப்பட்டிருக்கும் குஷ்டரோகிகளைப்போல் எண்ணி வருகிறார்கள். சிவில் சர்விஸ் பரீக்ஷயானது இவ்விதத் தன்மையுள்ளவர்களால் புளிப்பாக்கப்படுவதை பறையர் பார்த்து பீதி கொள்வதுமன்றி அவர்கள் தங்களுக்கு இயல்பிலே விரோதிகளா யிருக்கிறார்கள்

என்றுங் காண்கிறார்கள். இதற்கு அவர்களுக்கு நியாயமுண்டு. நாளதுமட்டுங் காணப்படும் சாஷியங்களால் இரு திருஷ்டாந் தப்படும். அவர் அவர்களுக்குரித்தான தற்சுயா தீனத்தை பாராட்டிக் கொள்ள இடந்தரும் இந்த ஆங்கிலேய துரைத் தனத்திலும் சிலர் செறுக்கின் மமதைகொண்டு நடக்கும் இக்காலத்திலும் தங்கள் அக்கியானத்தை அகலவிடாமல் பாரம்பரியமாய்த் தங்களுக் குண்டாயிருக்கும் கொடுமையிலும் துராகிரதத்திலும் அணுவேனும் அகலவிடாமல் அவைகளில் பற்றுறவுகொள்வதினால் நிலத்துக்கே அடிமை மக்களாய் பிறந்த பறையர்கள் இந்தியா ராஜாங்கத்தில் உதவியற்று நிர்பந்த நிலைமைக்குள்ளிருக்கிறார்கள். இந்த துரைத்தனமே ஜனாங்க ராஜரீக விஷயங்களில் காணும் குறைவுகளை களைந்து அவைகளைப் பரிபாலிக்கின்றது.

தொன்றுதொட்டு வந்த நடவடிக்கையை அனுசரித்து நடக்கும் சுய தேசத்தான் ஒருவனைப் பார்க்கிலும் மேல்ஜாதியான் சிவில் உத்தியோகஸ்தன் ஒருவன் கல்விவாசனையினால் அதிக கிருபையும் அநுதாபமுமுள்ள வனாயிருப்பானென்றும் மேல் போக்கான நியாயங்களைப் பாராட்டினாலுங்கூட தங்களது விண்ணப்பதாரர்கள் ஆங்கிலேயர் மாத்திரமே உத்தியோகங்கள் செய்ய அதிக தகுந்தவர்களென்று மதிப்பதினால் அவர்கள் பரிபாலனத்தின் கீழ் வாழவே அதிக மனங்கொண்டவர்களாய் யிருக்கின்றார்கள். ஏனென்றால் அவர்கள் பட்சபாதமில்லா தவர்கள், பாரம்பரியமா யுண்டாயிருக்கும் சுகுணங்களைத் தங்கள் ஜாதியாருக்குச் சொந்தமாகப் படைத்தவர்கள், இந்த லக்ஷணங்களை இவர்கள் பொருந்தியவர் களாயிருப்பதினால் பல வகுப்பினரான இந்து தேச பிரஜைகளை இவர்கள் மாத்திரமே ஆளும் யோக்கியதையையுடையவர்களாயிருக்கிறார்கள்; ஆனால் பிராமணர்கள் எப்படிப் பட்டவர்கள் என்றாலோ அவர்கள் பாரம்பரியத்திற்குச் சார்பான நினைவு கொண்டவர்கள், மூட மானாபிமான வழக்கமுடையவர்கள். இவ்வித லக்ஷணங்கள் அவர்களுக்குள்ளது உண்மையே. பல்லாண்டாய் வந்த அக்கியான வழக்கங்களுக்கு இவர்களது ஆங்கிலேய படிப்பு ஒன்றே வெறு முக்காடாய் மாத்திரமிருக்கிறது. பழமொழி யொன்றை நெப்போலியன் சொல்லியிருக்கின்றார்கள்:– "ரஷ்யனை சுறண்டி குளிப்பாட்டினாலும் தார்க்கத் தாரியனாகத் தானிருப்பான்." 'பிராமணனுக்குள்ள நுறைபோன்ற மேற்கத்திய கலைக்கியானத்தை நீக்கிவிட்டால் காண்கிறபடி வண்டல்கள்தான். பிராமணன் ஒருவன் தான் விரும்புகிற படி சிவில் சர்விஸ் உத்தியோக பதவியைப் பெறும் பட்சத்தில் சக்கரவர்த்தினி யவர்களின் பிரஜைகளில் மிகவும் நிர்பாக்கிய நிலைமையிலிருந்துவரும்

பறையர்களைச் சீர்படுத்தி மற்ற ஜாதியாருக்கும் அந்தஸ்திற்குச் சமமாய்க் கொண்டுவருவதற்கு தகுதி என்று கண்டு அங்கீகாரமாகி செய்துவரும் பிரயத் தனங்கள் முழுவதும் வியர்த்தமாகா விடினும் பிரயத்தனிக்கிறவர்கள் மனங்கலங்க அனாவசியமான தடையாகிலும் உண்டாகும். மேலும் பிராமண உத்தியோகஸ்தன் ஜாதி வேற்றுமைக்கும் அதைப்போலொத்த மற்றநேக விஷயங்களுக்கும் சார்ந்தவனாயிருப்பதினால் பல விஷயங்களிலும் இப்பறையர் களுக்கு நஷ்டம் வருவிப்பான். இது பிராமணரின் பூர்வ நடபடியினால் விசிதமாகிறது. ஆகவே நாகரீகம் பொருந்திய ஆங்கிலேய ராஜரீகத்தார் பறையருக்கு நன்மையுண்டாக வேண்டுமென்று அவனை வற்புறுத்தினாலொழிய அவன் சுதாவாய் பறையருக்கு நன்மை செய்யான். ஆங்கிலேயரே இந்திய அரசாட்சி என்னுஞ் சகடத்திற்குச் சுள்ளாணியா யிருக்கிறார்கள்.

மேற்காட்டிய விஷயம் மனோபாவனையாய்ச் சொல்லியதல்ல. வெளி ஜில்லாக்களின் நாட்டுப்புறங்களில் ஜாதி வித்தியாசம் கட்டுப்பாடு இன்னும் முதன்மைபெற்று கொடுமையாய் நடக்கிறது. அறிவீனமான நாட்டுப்புறவாசிகள் தான் இப்படி நடந்துவருகிறார்களென்று எல்லோருக்கும் தெரிந் திருக்கிறதுமல்லாமல் இந்த ராஜதானியின் தலைநகரமாகிய சென்னையிலுள்ள பச்சையப்பன் கலாசாலை என்னும் சிரேஷ்ட வித்தியாசாலையிலும் பறையர் பிள்ளைகளை சேர்க்கப்படா தென்று கட்டோடே விலக்கியிருக்கிறதும், விசேஷ பிராமண அக்ராகாரமாகிய மைலாப்பூர் என்னும் கிராமமொன்றிருக்கிறதும், அதில் விசேஷித்த பிராமண வீதியொன்றிருக்கிறதும், அந்த வீதி சென்னை ஹைகோர்ட் பிராமண நீதிபதியின் கிரஹத்திற்கு எல்லை மாலாயிருக்கிறதும் அந்த வீதியில் விளம்பர பலகையொன்று தொங்குகிறதும், அந்தப் பலகையில் "பறையர் வரக்கூடாது" என்று கண்டிருக்கிறதும் அப்படி வந்தால் பறையர் நிந்தனைக்கும் தண்டனைக்குமுள்ளாவார்கள் என்றும் கண்டிருக்கிறதும் தெரிந்திருக்கிறது.

சுருக்கமாயும் முடிவுரையாயும் சொல்லப்போனால் பறையர் ஆங்கிலேயர் தாமே நீதி செலுத்தி ஆளுவதில் திருப்தி கொண்டிருக்கிறார்கள். பவுல் என்னும் துரையின் ஏற்பாடு சித்திப்பெறுமேயானால் பிராமணர்களே சிவில் சர்விஸ் உத்தியோகங்களைப் பெருவார்கள். அவர்கள் நீதி செலுத்தும் விஷயத்தில் ஆங்கிலேய உத்தியோகஸ்தர்களுக்குச் சுத்தமாய்ச் சரியொத்தவர்களேயல்ல. பிராமணர்கள் சிவில் சர்விஸ் உயர்பதவி யடைந்தால் பறையர்களே வெகுவாய் ஹிம்சைக் குள்ளாவார்கள். காரியமிப்படி யிருப்பதால் யதாபலத் தைப்பற்றியும், தொழில்

முயற்சியைப்பற்றியும், புருஷத்துவத் தைப்பற்றியும் சீர்பெருந் தன்மையைப்பற்றியும் பட்சபாத மின்றிக் கண்டறிந்தவர்கள் சொல்லிய சாக்ஷியத்தை வகித்த மனுதாரர்கள் பறையர்களாகிய இவர்களின் பொருட்டாய் பவுல் என்பவரின் ஏற்பாட்டை நிவர்த்தி விடும்படி கனந்தங்கிய தங்களது சபையாரைப் பிரார்த்திக்கின்றார்கள். இப்படி நிவிர்த்திப்பது நித்திராவர்தனி என்னும் பூதமொன்று செய்யும் உபத்திரவங்களினின்று பறையரை காப்பதாகும். எவ்வளவுக்கு எவ்வளவு காலமாய் இந்தப் பூதம் நீங்காமல் இருக்கிறதோ அவ்வளவுக்கவ்வளவு காலம் அது சென்ற காலங்களில் உபத்திரவம் செய்ததுபோலவே வருங்காலங்களிலும் உபத்திரவஞ் செய்யும். ஆங்கிலேய அரசாட்சிக்கு துர்பேருண்டாக்கும் வித்தியாவிஷய பரிபாலனத்தால் விர்த்தி யடையவேண்டியவர்களாயிருக்கிற ஜாதியாரொன்றின் விருத்தியை இது தடுக்கும். பண்டையநாள்முதல் நாளது மட்டும் இழிவான அடிமைத் தனத்தின் பற்களில் நசுங்கிய பறையரை நீக்கி அவர்களின் ஜநாங்க நிலைமையை விர்த்திபண்ணவே இவர்கள் தேச சீர்தேற்றத்தில் புது உயிரடைந்து பங்காலானபடி மபாபலத்த ஜாதியாராவார்கள். மேலும் பலத்த ராஜ ராஜாக்கள் வாழும் ஆங்கிலேய ராஜரீகத்தில் ஆங்கிலேயருக்கு இவர்கள் பலத்த துருகங்களாவார்கள்.

இப்படிப்பட்ட உதவிக்குக் கடமைப்பட்டிருக்கிற தங்கள் விண்ணப்பதாரர்கள்.

அநுபந்தம் 2

1925–ம் ௵ ஜனவரி ௴ 27–வயுள்ள போர்ட் ஸெய்ன்ட் ஜார்ஜ் கெஜெட் I.A. பாகத்தின் ஸப்ளிமென்டாய் பிரசுரிக்கப்பட்ட விளம்பரமானது திருத்தப்பட்டு 1925–ம் ௵ ஏப்ரல் ௴ 28–வயுள்ள ஷ கெஜெட்டில் பின்வருமாறு பிரசுரிக்கப்பட்டிருக்கிறது.

போர்ட் ஸெய்ன்ட் ஜார்ஜ், 1924–ம் ௵ ஸெப்டம்பர் ௴ 25–வ (2660–ம் நி L&M கவர்ண்மென்ட் உத்தரவு.)

நி. 1009 – 1924–ம் ௵ ஆகஸ்ட் ௴ 25–வ சட்ட நிரூபண சபையார் சபை கூடினபோது, அடியிற்கண்டபடி தீர்மானம் செய்தார்கள்:

இந்தத் தீர்மானமானது ராவ் பஹதூர் ஆர். ஶ்ரீனிவாசன் அவர்களால் சபைக்குக் கொண்டுவரப்பட்டது.[39]

1. (9) "இந்த சபையார் கவர்ண்மென்டாருக்கு அடியிற்கண்டபடி சிபாரிசு செய்கிறார்கள். அதாவது:

(a) எந்த வகுப்பையாவது சமூகத்தையாவது சேர்ந்த யாதொரு நபராகிலும், நபர்களாகிலும் யாதொரு பட்டணம் அல்லது கிராமத்திலுள்ள எந்த பொது ரஸ்தா, தெரு அல்லது கால்வழி மார்க்கமாகவாயினும் நடப்பதற்கு ஆட்சேபனை இல்லையென்பதும்.

(b) இந்த தேசத்திலுள்ள ஜாதி இந்துக்கள் எம்மாதிரியாகவும் எவ்வளவுமட்டிலும் யாதொரு

சர்க்கார் ஆபீஸைச் சேர்ந்த வளவுக்குள் போகலாமோ, யாதொரு பொதுக் கிணறு, குளம் அல்லது பொது ஜனங்கள் வழக்கமாய்க் கூடும் இடங்களை உபயோகிக்கலாமோ அல்லது பொதுவான வேலை நடத்தப்பட்டு வருகிற இடங்கள், கட்டிடங்கள் ஆகிய இவைகளுக்குள் போகலாமோ அம்மாதிரியாகவும், அவ்வளவு மட்டிலும், தாழ்த்தப்பட்ட வகுப்புகளைச் சேர்ந்த யாதொரு நபர் போவதற்காவது, உபயோகிப்பதற்காவது ஆட்சேபனை இல்லையென்பதும்,

கவர்ண்மெண்டாரின் கொள்கையாகுமென்று அவர்கள் ஸ்பஷ்டமாய் ஒப்புக்கொண்டு அந்தப்படி பிரசித்தப்படுத்த வேண்டும்."

இந்தத் தீர்மானத்தை கவர்ண்மெண்டார் ஒப்புக் கொண்டிருக்கிறார்கள். ஆகவே, இது சகல பிரதேச அதிகார சபைகளுக்கும், இலாகா தலைவர்களுக்கும் சங்கதி தெரியும் பொருட்டும் அவர்கள் இதை அனுசரித்து நடந்துகொள்ளும் பொருட்டும் அவர்களுக்குத் தெரிவிக்கப்படுகிறது. ஸி.பி. காட்டொல், கவர்ண்மெண்ட் ஸெக்ரெடரி.

மேற்கண்ட தீர்மானத்தின்படி லோக்கல் போர்டு டிஸ்டிரிக்டு முனிசிபாலிட்டி சட்டங்கள் பின்வருமாறு திருத்தப்பட்டன.

லோக்கல் போர்டுகள்

1920–ம் வருஷம் 14–வது ஆக்டானது 1927–ம் வருஷத்து 1–வது ஆக்டின்படி திருத்தப்பட்டபடி, 157 A பிரிவு:– பொதுவான பாட்டை வழியாய்ப் போகிறவர்களைத் தடுப்பவருக்கு விதிக்கக்கூடிய அபராதம் ரூ. 100

1920–ம் வருஷம் 14–வது ஆக்டானது 1930–ம் வருஷம் திருத்தப்பட்டபடி ஷை 11–ம் அத்தியாயம் 167–வது பிரிவு:– லோக்கல்போர்ட் மார்க்கட்டுகளுக்குள் போகிறவர்களைத் தடுப்பவர்களுக்கு விதிக்கக்கூடிய அபராதம் ரூ. 100

1920–ம் வருஷம் 14–வது ஆக்டானது 1933–ம் வருஷம் 23–வது ஆக்டால் திருத்தப்பட்டபடி 126A பிரிவு:– பொதுவான கிணறு, குளம் முதலியவைகளை உபயோகிக்கையிலும் அனுபவிக்கையிலும் தடுப்பவர்களுக்கு விதிக்கக்கூடிய அபராதம் ரூ. 100.

டிஸ்டிரிக்ட் முனிஸிபாலிட்டிகள்

1920–ம் வருஷத்து 5–வது ஆக்ட் 1930–ம் வருஷம் அக்டோபர் மீ 1–உ வரையில் திருத்தப்பட்டபடி 180A பிரிவு:– தெருவை உபயோகிக்கையில் தடுப்பவர்க்கு விதிக்கக்கூடிய அபராதம் ரூ. 100

ஷை ஆக்ட்டுகள் 227 பிரிவு:- கிணறு குளங்களை உபயோகிக்கையில் தடுப்பவருக்கு விதிக்கக்கூடிய அபராதம் ரூ. 100

ஷை ஆக்ட்டுகள் 259 பிரிவு:- மார்க்கட்டுகளை உபயோகிக்கையில் தடுப்பவருக்கு விதிக்கக்கூடிய அபராதம் ரூ. 100

மேற்கண்ட சட்டங்களை ஒரு சிறு புத்தக ரூபமாய் அச்சிட்டிருக்கின்றேன். வேண்டியவர்கள் தபால் கூலி உட்பட ஒரு அணா அனுப்பி பெற்றுக் கொள்ளலாம்.

மலையாளத்தையடுத்த பாலகாடு தாலுக்காவில் கல்பாத்தி என்னுமோர் பார்ப்பன சேரியிருக்கிறது.[40] அதற்குள் பார்ப்பனரல்லா யெவரும் போகக்கூடாதென்று ஐகோர்ட்டும் அதற்குமேலுள்ள பிரிவி கவுன்சல்மட்டும்போய் உத்தரவு பெற்றிருந்தார்கள். பார்ப்பனரல்லா டாக்டரும் வியாதியஸ்தரை காணவேணுமானால் குதிரைமேல்போய் வரவேண்டுமாம். அந்த பார்ப்பன சேரியையடுத்த கிராமத்திலிருக்கும் இழிஞ்சர் என்னும் தீண்டப்படா சமூகத்தவரில் சிலர் சட்டசபையில் நான் கொண்டுபோன தீர்மானத்தின்படி சட்டமேற்பட்டிருப்பதை வாசித்தறிந்து மேற்படி பார்ப்பன சேரியில் ஆலய உற்சவம் நடந்தபோது சேரிக்குள் பிரவேசித்தார்கள். அவர்களை பார்ப்பனர் அடித்து துரத்தி மாஜிஸ்டிரேட்டு கோர்ட்டில் பிராது செய்தார்கள். விசாரித்து பிராது தள்ளிவிடப்பட்டது. பார்ப்பனர் சென்னை ஐகோர்ட்டுக்கு அப்பீல் செய்தார்கள். லோக்கல் போர்டு முனிசிபாலிடியால் பராமரித்துவரும் எல்லை, தெரு, பாதை முதலியவைகள் பொது ஜனங்களால் உபயோகிக்கப்படலாம் என்று தீர்மானமாயிற்று. இப்போது சகலரும், பார்ப்பன சேரிக்குள் பிரவேசிக்கிறார்கள். பொதுவான கிணறுகள், குளங்கள், பாட்டைகள், சத்திரங்கள், கட்டிடங்கள் முதலியவைகளை சகலரும் உபயோகிக்கலாம் என்று நான் பிரசுரித்திருக்கும் சிறு புத்தகத்தை அதிகாரிகளுக்கு காட்டி நாட்டிலுள்ள தாழ்த்தப்பட்டார் இப்போது பலயிடங்களில் சௌக்கியங்களை அனுபவித்து வருகிறார்கள்.

அநுபந்தம் 3

பூனா ஒப்பந்தம்

வட்டமேஜை மகா நாட்டில் தாழ்த்தப் பட்டார் பிரதிநிதிகள் தங்கள் சமூகத்தவர்களுக்கு தனி தொகுதி வேண்டுமென்றார்கள். காந்தி அவர்கள் எதிர்த்து, கூட்டு தொகையில் தாழ்த்தப் பட்டார் சேர்க்கப்படவேண்டும் என்றார். தனி தொகுதியில் 18 ஸ்தானங்கள் தாழ்த்தப்பட்டாருக்கு கொடுக்கப்படவேண்டுமென தீர்மானமாயிற்று. இந்தியா திரும்பிய பிறகு காந்தி அவர்கள் உண்ணா விரதமிருந்து கூட்டு தொகுதி வேண்டுமென்றார். தாழ்த்தப்பட்டார் பிரதிநிதிகளும் இந்து சமூக பிரதிநிதிகளும் கூடி ஆலோசித்து இந்துக்கள் தங்கள் ஸ்தானங்களிலிருந்து பன்னிரண்டு ஸ்தானங்கள் சட்டசபையில் தாழ்த்தப்பட்டாருக்கு கொடுத்து கூட்டு தொகையில் சேர்த்துக்கொள்ள வேண்டுமென தீர்மான மாயிற்று. அதனால் தாழ்த்தப்பட்டாருக்கு சென்னை சட்டசபையில் பதினெட்டிலிருந்து முப்பது ஸ்தானங்களாயின. ஒப்பந்தம் பத்து வருஷங்கள் மட்டுந்தான். 1932 ௵ செப்டம்பர் ௴ 24–உ ஏற்பட்டது.

ஒப்பந்தத்தின் விவரம்

ஒடுக்கப்பட்ட வகுப்பினருக்குச் சட்ட சபையிலிருக்க வேண்டிய பிரதிநிதித்துவ விஷயமாகவும், அவர்களது க்ஷேமசம்பந்தமான வேறு சில விஷயங்களைப் பற்றியும், அவர்கள் சார்பாக வேலை செய்யும் தலைவர்களுக்கும் இந்து சமூகத்திலுள்ள இதரர் களுடைய தலைவர்களுக்கும் பின் கண்ட உடன்பாடு ஏற்பட்டிருக்கின்றது–

மாகாண சட்ட சபைகளிலுள்ள கூட்டுத் தொகுதிப் பதவிகளில் ஒடுக்கப்பட்ட வகுப்பினருக்குப் பின் கண்டபடி பதவிகள் ஒதுக்கப்படும்.

சென்னை	–	30
சிந்துவுடன் கூடிய பம்பாய்	–	15
பஞ்சாப்	–	8
பீஹார் ஒரிஸா	–	18
மத்திய மாகாணம்	–	20
அஸ்ஸாம்	–	7
வங்காளம்	–	30
ஐக்கிய மாகாணம்	–	20
	மொத்தம்	148

(* ....)

மத்திய சட்டசபையில் 18 ஸ்தானங்கள்

(4) மத்திய சட்ட சபையில் பிரிட்டிஷ் இந்தியாவுக்காக பொதுத்தொகுதியில் ஒதுக்கப்படும் பதவிகளில் 100க்கு 18 வீதமுள்ளதை ஒடுக்கப்பட்ட வகுப்பினருக்காக ஒதுக்கிக் கொடுக்கப்படும்.

பூர்வாங்கத் தேர்தலுக்கு முடிவுக்கு வருங்காலம்

(5) மத்திய சட்ட சபைக்கும் மாகாண சட்ட சபைக்கும் தெரிந்தெடுக்கப்படுவதற்காக ஒதுக்கப்பட்ட வகுப்பு வாக்காளரே பூர்வாங்கமாக தங்களில் 4 பேரை ஒவ்வொரு பதவிக்கும் தெரிந்தெடுத்து கலப்புத்தொகுதியில் அபேக்ஷகராக நிறுத்தவேண்டுமென்ற முறை 10 வருஷங்களுக்குப் பிறகு முடிவுக்கு வரும். ஆனால் 6–வது ஷரத்தில் கண்டபடி பரஸ்பர உடன்பாட்டின் மூலம் இதனை இந்த 10 வருஷங்களுக்கு முன்னதாகவும் முடிவுக்குக் கொண்டுவரலாம். இவ்வாறு பரஸ்பர உடன்பாட்டின் மூலம் முன்னதாகவே இது முடிவுக்குக் கொண்டுவரப்படாவிட்டால் இது 10 வருஷங்களானவுடன் தானாக முடிவுக்கு வரும்.

* மூலப்பிரதியில் இந்த பத்தி சிதைந்துள்ளது.

அடிக்குறிப்புகள்

1. *Rufus Isaacs 1st Marquess of Reading (02.04.1921 – 03.04.1926)*

2. *The Lord Wenlock எனப்படும் வென்லாக் (1849–1912) பிரிட்டீஷ் இந்தியாவின் சென்னை மாகாண கவர்னராக இருந்தார். 23.01.1891ஆம் நாளில் கவர்னராகப் பொறுப்பேற்ற அவர் 18.03.1896ஆம் நாள் வரை பதவியில் நீடித்தார். அவர் பதவிக்காலம் முடிந்த நாளில் இரட்டைமலை சீனிவாசன் வாசித்தளித்த பிரிவுபச்சார மடல் பற்றியே இங்கே குறிப்பிடப்படுகிறது. இரட்டைமலை சீனிவாசன் சென்னையில் நேரடி அரசியல் பணியில் ஈடுபட்டு அமைப்பு, இதழ், மாநாடுகள், தீர்மானங்கள் என்று செயற்படத் தொடங்கிய காலத்தில் கவர்னராக இருந்தவர் என்ற முறையில், அவரை முக்கியமானவராக இரட்டைமலை சீனிவாசன் கருதியிருக்கலாம்.*

3. *இன்றைய காஞ்சிபுரம் மாவட்டம் மதுராந்தகம் அருகேயுள்ள கோழியாளம் என்ற கிராமத்தில் 07.07.1860ஆம் நாள் சீனிவாசன் பிறந்தார். அவரின் தந்தையார் பெயர் ரெட்டைமலை என்றறியப்படுகிறது. இதுவே பின்னர் இவரை இரட்டைமலை சீனிவாசன் என்றழைக்கக் காரணமானது. ஆதியம்மாள் என்ற பொம்மி என்பது தாயார் பெயராகும். இரண்டு சகோதரிகளும் இரண்டு சகோதரர்களும் உடன்பிறந்தவர்களாவர்.*

4. கோயம்புத்தூரில் படித்தேன் என்று இரட்டைமலை கூறும் குறிப்பைத் தவிர அதைப்பற்றி வேறெந்த தகவலும் கிடைக்கவில்லை. செங்கல்பட்டு வட்டாரத்திலிருந்து அவர் அங்கு சென்றது எவ்வாறு, குடும்பத்தோடு சென்றிருந்தாரா, படிப்பதற்காகவே சென்றிருந்தாரா படித்த நிறுவனம் ஏதேனும் மிஷனரி பள்ளியா என்பன போன்ற தகவல்கள் கிடைக்கவில்லை.

5. இந்திய தட்பவெப்ப சூழலைச் சமாளிப்பதற்காக ஆங்கிலேயர்கள் கோடைவாசஸ்தலங்களை நாடினர். அந்நோக்கில் விரிவுபடுத்தப்பட்ட ஊர் நீலகிரி. எல்பின்ஸ்டன் என்ற ஆங்கிலேயர் காலத்தில் தொடங்கிய இம்முறைமையே பின்னர் வழக்கம் ஆனது. சில நாட்கள் தங்கித் திரும்புவதாக இல்லாமல் ஆண்டின் சில மாதங்களையே அங்கு கழிக்கும் வழக்கமாக மாற்றப்பட்டது. இதையொட்டி ஆங்கிலேய அதிகாரிகளுக்கு பல்வேறு நிலைகளில் பணியாளர்களாக இருந்த தலித்துகளில் கணிசமானோர் நீலகிரிக்கு இடம்பெயரும் நிலை உருவானது. இங்கேயே நிலம் போன்றவற்றை வாங்கிய தலித்துகள் கல்வி பயிலுதல் போன்றவற்றிலும் ஈடுபாடு கொண்டனர். இரட்டைமலை சீனிவாசன் நீலகிரிக்கு வந்தவிதம் பற்றி குறிப்பான தகவல்கள் கிடைக்கவில்லையெனினும் இது போன்ற ஏதோவொரு பின்னணியில்தான் அவர் அங்கு சென்றிருக்க வேண்டும் என்று தோன்றுகிறது. கணக்கு தொடர்பான படிப்பில் தேறியிருந்த அவர் ஐரோப்பிய வணிக நிறுவனங்களின் கணக்கராக அங்கேயே பணியாற்றியிருக்கிறார். நேரடியாக அமைப்புப்பணியில் ஈடுபட்ட 1890க்கு முன்பு பத்தாண்டுகாலம் அவர் நீலகிரியில் இருந்திருப்பதாகத் தெரிகிறது.

6. இங்கு ஐந்து நந்தன்களுக்கான குறிப்பைத் தருகிறார். அவற்றுள் முதல் நான்கு பெயர்களும் நந்தனை அரசன் என்ற தகுதியோடு தொடர்புபடுத்துகின்றன. நந்தன் என்பவன் பறையர் குலத்தில் வாழ்ந்த மன்னன் என்ற வாசிப்பு வலுப்பெற்று வரும் இன்றைய சூழ்நிலையில் இரட்டைமலையார் தந்துசென்றிருக்கும் இக்குறிப்புகள் அத்தகு சான்றுகளுக்கு வலு சேர்க்கின்றன.

   கோட்டையும் மதிலும் அரசன் சார்ந்ததே என்ற விதத்தில் இரட்டைமலை சீனிவாசன் குறிப்பிடும் நந்தன்கோட்டை மதில் என்ற இப்பெயர் முக்கியத்துவம் பெறுகிறது. இவ்வாறு குறிப்பிடப்படும் கோட்டை எந்தவடிவில் இருந்தது என்று அவர் கூறவில்லை. தனியாகவோ பாழடைந்தோ இருந்ததா

அல்லது ஏதேனும் ஒரு பகுதியைப் பழைய நினைவின் தொடர்ச்சியாக அப்பெயரில் மக்கள் வழங்கி வந்தார்களா என்று தெரியவில்லை. ஆனால், கோட்டை மதில் இருந்த இடத்தைக் குறிப்பாகச் சுட்டாமல் ஊர்ப்பெயரை மட்டும் கும்பகோணம் என்கிறார். கும்பகோணம் பட்டீஸ்வரத்திற்கு அருகில் நந்தன்கோட்டை என்ற ஊர் இப்போதும் இருக்கிறது. காலின் மெக்கன்ஸி உத்தரவின்பேரில் வேதநாயக சாஸ்திரியார் உள்ளூர்க் கதைகளைச் சேகரித்தபோது நந்தனைத் தங்கள்குல மன்னனாகக் கூறும் பறையர் குலத்தவரின் கதையாடலைத் தஞ்சை வட்டாரத்திலிருந்து கிடைத்ததாக கூறுகிறார். (இடங்கை வலங்கையர் வரலாறு, எஸ். சௌந்திரபாண்டியன் [ப.ர்], கீழ்த்திசை சுவடிகள் நூலகம், சென்னை, 1995) இரட்டைமலை சீனிவாசன் பயணம் செய்ததாகக் கூறப்படும் கும்பகோணம் உள்ளிட்ட பகுதிகள் தஞ்சை வட்டாரத்தைச் சேர்ந்தவையாக இருப்பது குறிப்பிடத்தக்கது.

தோல்காசு நந்தன் என்பது நந்தன் வெளியிட்ட காசைக் குறிக்கிறது. காசு வெளியிடுதல் அரசனாக இருப்பதோடு தொடர்புடையதாகும். தோல்காசு வெளியிட்ட நந்தன் என்பது தொன்மகதையாகவும் வழங்கிவந்துள்ளது. நந்தன், நந்தி, நன்னன் ஆகிய பெயர்களுக்கிடையேயான தொடர்புகளை ஆராயும் பி.எல். சாமி தோல்காசு பற்றிய குறிப்பைத் தருகிறார் (வடமலையாள நாட்டில் நன்னன் நினைவுகள் [கட்டுரை] ஆராய்ச்சி இதழ் எண்:17, 1975). வடமலையாள நாட்டில் நிலவும் செவிவழிக் கதைகளில் கோட்டை கட்டி ஆண்ட மடிகர் என்ற சாதியினரில் ஓர் அரசன் நன்னன் என்றும் அவன் தோலில் நாணயங்கள் செய்து வெளியிட்டான் என்றும் கூறப்பட்டிருப்பதாக பி.எல். சாமி குறிப்பிடுகிறார். மேலும், அக்கதையில் நன்னன் நிறைய தோல் நாணங்களை மறைத்து வைத்தான் என்றும் அதை நரியும் நாயும் தின்றுபோட்டன என்றும் சொல்லப்பட்டுள்ளது. சங்ககால நன்னன் பொன்னைச் சேர்த்து வைக்க பாழிவைத்திருந்ததாக அகநானூறு பாடலொன்று (258) கூறுகிறது. மகாபதுமம் என்ற சொத்தைப் பதுக்கிவைத்திருந்த (வடநாட்டு) நந்தரின் வரலாறு அகநானூறு (25, 26) பாடல்களில் இருப்பதை இதோடு பொருத்துகிறார் பி.எல். சாமி. வடமலையாள நாட்டு நன்னன் கதை வடநாட்டு நந்தர்களின் கதையோடு பொருந்திப் போவதைப்போல தஞ்சாவூர் வட்டாரமும் தொடர்பு பெறுகிறது என்பதை சீனிவாசனின் தோல்காசு நந்தன் என்ற இக்குறிப்பு காட்டுகிறது.

கலம்பகம் என்பது தமிழிலுள்ள சிற்றிலக்கிய வகைகளில் ஒன்று. நந்தன் கலம்பகம் பாடினான் என்ற ஆதாரம் நமக்குக் கிடைக்கவில்லை. ஆனால், பி.எல். சாமி குறிப்பிடுவதைப்போல நந்தன் என்ற பெயரை நந்தி என்ற பெயரோடு பொருத்தும்போது இதற்கான தொடர்பு கிடைக்கிறது. அந்த வகையில் நந்தியையும் கலம்பகத்தையும் இணைக்கும் 'நந்தி கலம்பகம்' என்ற சிற்றிலக்கியம் தமிழில் மிகவும் பிரபலம். இதில் குறிப்பிடப்படும் மன்னனின் பெயர் நந்திவர்மன். மொத்தத்தில், இரட்டைமலை சீனிவாசன் கூறும் கலம்பகம் பாடிய நந்தன் என்ற பெயருக்கும் நந்திவர்மன் என்ற அரசனுக்காகப் பாடப்பட்ட நந்திகலம்பகம் என்ற செய்திக்குமுள்ள தொடர்பு தெரியவருகிறது. நந்தனை நேரடியாகவே பௌத்த அரசன் என்று கூறி அதற்கான முழு கதையாடலையும் எழுதியவர் அயோத்திதாசர். அதைப் போன்ற தனித்த உரிமைகோரல் இரட்டைமலை சீனிவாசனிடம் இல்லையென்றாலும் அயோத்திதாசரின் உரிமைகோரலுக்கு ஆதரவாக நிற்கக்கூடிய சான்றுகளை, இப்பெயர்களைக் குறிப்பிடுவதன்மூலம் சீனிவாசன் தருகிறார். நந்தன் என்ற பௌத்த அரசன் பொறிப்பந்தலின் கீழிருந்து சூழ்ச்சியால் கொல்லப்பட்டான் என்று அயோத்திதாசர் கூறும் கதைக்கும் 'நந்திகலம்பகத்தில்' நந்திவர்மன் அறம் பாடுதலைக் கேட்பதற்காக எரியும் பந்தலின் கீழிருந்து உயிர் துறந்தான் என்ற கதைக்கும் உள்ள தொடர்பு இங்கு நோக்கத்தக்கதாகும்.

கம்மாளர் கட்டியிருந்த காந்தகோட்டை என்ற சுட்டலும் நந்தனை அரசனாகக் கூறும் கதையோடு தொடர்புடையதேயாகும். மதுரை மேனுவலையும் (1917) சேலம் கெசட்டியரையும் (1918) சான்றாகக் காட்டி நந்தன் சூழ்ச்சியால் கொல்லப்பட்டான் என்ற கருத்தைக் கூறிச் செல்லும் தெ.வே. ஜெகதீசன் (ப:30, பத்திகாளியின் புத்திரர்கள், யுனைடெட் ரைட்டர்ஸ், சென்னை, 2004) கல்மண்டபம் ஒன்றிற்கு அழைத்துச் செல்லப்பட்ட நந்தன், போலியாக நிறுவப்பட்டிருந்த அம்மண்டபத்தினுள்ளே அமுக்கிக் கொல்லப்பட்டான் என்கிறார். அம்மண்டபத்தின் பெயரே காந்தகோட்டை. அத்தகைய கோட்டையை உண்மையானது போன்று நிறுவிவைத்தவர்களாக கம்மாளர்களைக் குறிப்பிடுகிறார் ஜெகதீசன். இதை ஒட்டி, 'பொறியைத் தட்டடா புத்திகெட்ட ஆசாரி' என்ற வழக்காறு நிலவியதையும் கூறுகிறார். இப்பின்னணி கம்மாளர் கட்டியிருந்த காந்தகோட்டை என்ற வழக்காறாக வழங்கி வந்ததை இரட்டைமலை

சீனிவாசன் குறிப்பிடுவதன்மூலம் அறிகிறோம். சாம்பவ ராஜகுமாரியால் அக்கோட்டை அழிக்கப்பட்டது என்பது இக்கதையாடலின் மற்றொரு வடிவமாகத் தெரிகிறது. அந்த மற்றொரு வடிவத்தில் போலியான கோட்டை அக்குலத்தைச் சேர்ந்த ராஜகுமாரியால் அழிக்கப்பட்டது என்றிருந்ததை சீனிவாசனின் இக்குறிப்பு மூலம் அறியமுடிகிறது. ஆனால் அந்தக் கதையாடல் நமக்குக் கிடைக்கவில்லை. இவ்வாறு நந்தனை அரசனாகக் கருதும்படியான நான்கு குறிப்புகளைச் சுட்டும் இரட்டைமலை சீனிவாசன் சைவப்பிரதி காட்டும் நந்தனாரையும் ஏற்றிருந்தார் என்பதை அவரின் ஐந்தாவது பெயர்க்குறிப்பு காட்டுகிறது. ஓமக்குளம் என்பது சிதம்பரம் வந்த சைவ நந்தனார் சிவனைக் குளித்து துதித்த இடமாகக் கருதப்படுகிறது. இன்றைக்கும் சிதம்பரத்தில் ஓமக்குளம் என்ற பெயரிலான ஒரு குளமும் அப்பகுதிக்கு ஓமக்குளம் என்ற பெயரும் இருக்கிறது.

7. தற்காலத்தில் மறைந்துபோயிருக்கும் இவ்வழக்கம் பற்றி மிஷனரிகளும் தலித் முன்னோடிகளும் குறிப்பிட்டுள்ளனர். ஆண்டுதோறும் மார்ச் மாதத்தில் நடைபெறும் திருவாரூர்க் கோயில் தேரோட்டத்தின்போது முதலில் வரும் யானையின்மீது பறையர் குலத்தவரொருவர் அமர்ந்து வலம் வருவது வழக்கமாக இருந்துள்ளது. அவரையே யானையேறும் பெரும் பறையன் என்று கூறுவதுண்டு. இங்கு அதையே இரட்டைமலை சீனிவாசன் குறிப்பிடுகிறார். இவ்வழக்கம் பற்றி சீனிவாசன் போலவே அயோத்திதாசரும் எம்.சி.ராஜாவும் குறிப்பிட்டுள்ளனர். அருட்திரு. ஏ. ஆண்ட்ரூஸ் என்பவரின் குறிப்பிலிருந்து எம்.சி. ராஜா இதைக் காட்டுகிறார். இவ்வழக்கம் ஒரு காலத்தில் சமூகத்திலும் கோயிலிலும் அவ்வகுப்பார் கொண்டிருந்த உரிமையைக் காட்டுவதாகவே இம்முன்னோடிகள் கூறினர். பண்டைய வழக்கத்தின் தொடர்ச்சியாகவே அவர் சந்ததியாருக்கு இன்றும் இந்த உரிமை வழங்கப்பட்டு வருகிறது என்று கருதினர். இரட்டைமலை சீனிவாசனின் இக்குறிப்போடு தொ. பரமசிவன் எழுதிய 'மத்தியான பறையர்' என்ற கட்டுரையையும் (பண்பாட்டு அசைவுகள், காலச்சுவடு, 2001) சேர்த்து வாசிக்கலாம்.

8. தாழ்த்தப்பட்டோரின் கல்வி மேம்பாட்டிற்கென 1893ஆம் ஆண்டு ஆங்கிலேயர் அரசாங்கம் அரசாணை ஒன்றை (01.02.1893 G.O. No: 68) வெளியிட்டது. அதுவரை மிஷனரிகள், ஆங்கிலேய அதிகாரிகள், தாழ்த்தப்பட்டோர் அளித்த அறிக்கைகள், பரிந்துரைகள், விவாதங்கள் அடிப்படையில்

இந்த அரசாணை வெளியானது. இம்மக்களின் கல்வி தொடர்பான முக்கியமான ஆணை என்ற முறையில் இதை சிலாசாசனம் என்று இரட்டைமலை சீனிவாசன் வர்ணிக்கிறார். இதை அப்போதைய பொதுநல அமைப்புகள் தென் இந்தியாவின் பஞ்சமர் கல்விக்கான மகாபிரகடனம் என்று கூறியதாக ராஜசேகர் பாசு (நந்தனின் பிள்ளைகள்: பறையர் வரலாறு, 1850-1956, கிழக்குப் பதிப்பகம், 2016) கூறுகிறார். இதன்படி அரசின் கீழ் இயங்கிய பள்ளிகளில் பயின்ற பறையர் மாணவர்களுக்கு மாதம் 2 ரூபாய் கூடுதல் உதவித்தொகை வழங்குவதற்கு நிதி ஒதுக்கீடு செய்யப்பட்டது. இம்மக்கள் மிகுதியாக வாழுமிடங்களில் சிறப்புப்பள்ளிகள் திறக்குமாறும் உள்ளாட்சி அமைப்பு களுக்கு ஆணையிடப்பட்டது. புறம்போக்கு நிலங்களில் பஞ்சமர் பள்ளிகள் கட்டுவதற்கும் அரசாங்கம் ஆதரவளித்தது. ஆனால், இவை நாளடைவில் எண்ணிய அளவில் முன்னேற்றமடையவில்லை. பள்ளிகளுக்கு நிலம் கையகப்படுத்துவது கடினமாக இருந்தது. இப்பின்னணியை யெல்லாம் சேர்த்துதான் இரட்டைமலை இந்த ஆணை பலிதபடாமல் போய்விட்டது என்று குறிப்பிடுகிறார். இதே ஆண்டில்தான் அவர் *பறையன்* இதழையும் தொடங்கினார்.

9. 1893ஆம் ஆண்டு அரசாணையின் பரிந்துரைகள் சென்னை நகருக்குள் பலிதபடாமல் போய்விட்டதைப் பார்த்த இரட்டைமலை சீனிவாசன், அதிலிருந்து மீளுவதற்காக தன்னுடைய அமைப்பு மேற்கொண்டுவந்த செயல்களின் தொடர்ச்சியாக 21.10.1898ஆம் ஆண்டு அரசாங்கத்தை அணுகி முறையிட்டதாகவும் அதன் காரணமாக சென்னை நகராட்சி, பள்ளிகளைத் தொடங்க உத்தரவிட்டதாகவும் குறிப்பிடுகிறார். அவ்வகைப் பள்ளிகள் பற்றிய மேலதிக விவரங்கள் கிடைக்கவில்லை. அதேவேளையில் இவ்வாறு தொடங்கப்பட்ட பள்ளிகளில் எளிதில் தாழ்த்தப்பட்ட குழந்தைகள் சேர்க்கப்படவில்லை என்று கூறும் ஜெ. பாலசுப்பிரமணியம் இதற்கு தனிப்பள்ளிகளே தீர்வு என்று இரட்டைமலை சீனிவாசன் எழுப்பிய கோரிக்கைக்கேற்ப தனிப்பள்ளிகள் தொடங்கப்பட்டன என்கிறார். (பறையனும் பறையர்களுக்கான தனிப்பள்ளி கோரிக்கையும், அதிர்வெண், பிப்ரவரி – மார்ச் 2017)

10. இரட்டைமலை சீனிவாசன் ஆசிரியத்துவத்தில் 1893ஆம் ஆண்டு இப்பெயரிலான பத்திரிக்கையைத் தொடங்கினார். அதற்கு முந்தைய ஆண்டில்தான் பறையர் மகாஜன சபையை ஆரம்பித்திருந்தார். அந்த அமைப்பின் செயற்பாடுகளைப்

பிரதிபலிக்கும் வண்ணம் இவ்விதழ் வெளியிடப்பட்டுள்ளது. தீண்டாதார் மேம்பாடு தொடர்பாக நடத்தப்பட்ட மாநாடுகள், எழுப்பப்பட்ட கோரிக்கைகள், அரசுக்கு அளிக்கப்பட்ட விண்ணப்பங்கள் போன்றவை இதில் வெளியிடப்பட்டு வந்தன. 1893ஆம் ஆண்டு கல்விச்சட்டம் நடைமுறையளவில் அர்த்தமிழந்த ஆண்டில்தான் இவ்விதழை ஆரம்பித்தார். தொடங்கிய முதல் மூன்று மாதம்வரை மாத இதழாகவும் பிறகு வார இதழாகவும் வெளியானது. அயோத்திதாசரின் ஆசிரியத்துவத்தில் *தமிழன்* இதழும் ஏழாண்டுகள்தாம் வெளியானது. *பறையன்* இதழின் ஒரு பிரதிகூட கிடைக்காமல் போய்விட்டது.

11. பிரிட்டிஷ் அரசைச் சட்டரீதியாக ஏற்று சிறப்பாக செயல்பட்டவர்களுக்கு அரசால் வழங்கப்பட்ட கௌரவப் பட்டங்களின் பெயர்களே இவை. ராவ்சாகிப், ராவ்பகதூர், திவான் பகதூர் என்று அதன் அடுத்த கௌரவ நிலை இவற்றில் உண்டு. தென்னிந்தியாவில் மட்டுமே இப்பெயரில் அழைக்கப்பட்ட இப்பட்டம் இந்தியாவின் பிற பகுதிகளில் ராய்பகதூர் என்றானது. முஸ்லிம்களும் பார்சிகளும் கான்பகதூர் என்றும் சீக்கியர்கள் சர்தார்பகதூர் என்றும் கௌரவிக்கப்பட்டனர். ராவ்சாகிப், ராவ்பகதூர், திவான்பகதூர் ஆகிய மூன்று கௌரவத்தையும் பெற்ற ஒரே தலித் தலைவர் சீனிவாசன் மட்டுமே. இது தவிர 1940ஆம் ஆண்டு அவரது எண்பதாவது பிறந்ததின விழாவின்போது திருவிக தலைமையில் (காண்க: திருவிக வாழ்க்கைக்குறிப்புகள், சாது அச்சுக்கூடம், சென்னை, 1944, ப.575) பி. நாராயண குரூப் முன்மொழியவும் எஸ். அண்ணாமலை வழிமொழியவும் திராவிடமணி என்ற பட்டம் ராஜாஜியால் வழங்கப்பட்டது.

12. நவீன அரசியல் சிந்தனைகளும் அடையாளங்களும் முளைவிட்ட 19ஆம் நூற்றாண்டின் இறுதியில் தாழ்த்தப் பட்டோர் முன்னோடிகளிடையே தாழ்த்தப்பட்டோரின் பெயர், சமயம், அரசியல் தேவைகள் ஆகியவை குறித்து பல்வேறு கருத்துகளும் அதுதொடர்பான விவாதங்களும் இருந்து வந்தன. அவை முரண்பாடுகளாகவும் மாறியிருந்தன என்பது தெரியவருகிறது. இப்பின்னணியிலேயே அபராதம் குறித்த இச்செய்தியைப் பார்க்க வேண்டும். எதன்பெயரால் தாழ்த்தப்படுகிறோமோ அதன் பெயராலேயே எழ வேண்டுமென்ற கருத்துடையவராக இரட்டைமலை சீனிவாசன் இருந்தார். அதன்படியே அவர் தான் தொடங்கிய மகாஜன சபைக்கும் இதழுக்கும் ‘பறையர்’

என்ற பெயரைச் சூட்டினார். இதையே தன்னையும் தன் இனத்தையும் மறுக்காமல் அச்சமும் நாணமும் இல்லாமல் உண்மைபேசி எவனொருவன் சுதந்திரம் பாராட்டுகிறானோ அவன் மதிக்கப்பெறுவான் என்கிறார். ஆனால், இதே காலத்தில் பறையன் என்பது இழிவுச்சொல், எனவே அதைப் பயன்படுத்தக்கூடாது என்று கூறிய தாழ்த்தப்பட்டோர் குழுக்களும் இருந்தன. பஞ்சமன், திராவிடன், தமிழன், பூர்வபௌத்தன் போன்ற சொல்லாடல்கள் இக்காலத்திற்கு முன்பும் பின்பும் புழங்கின. இவைதொடர்பான விவாதங்களும் இம்முன்னோடிகள் நடத்திய பத்திரிகைகளில் நடந்தன. இத்தகைய விவாதத்தின் தொடர்ச்சியில்தான் சீனிவாசன் மீது வழக்கு தொடரப்பட்டுள்ளது. வழக்குத் தொடுத்தவர்களின் பெயர்களை இரட்டைமலை சீனிவாசன் குறிப்பிடவில்லை. குறிப்பிடப்படாத அவர்கள், பறையன் என்ற பெயரை ஏற்கமறுத்த (பின்னாளில் *தமிழன்* என்ற இதழை நடத்திய) அயோத்திதாசர் குழுவினரா, அல்லது 1880களிலேயே *திராவிடபாண்டியன்* என்ற இதழை நடத்திய ஜான் டி ரத்தினம் குழுவினரா (இவ்விதழில் அயோத்திதாசரும் இடம்பெற்றிருந்தார்) என்பதை அறுதியிட முடியவில்லை. “பறையனும் திராவிட பாண்டியனும் மாறிமாறித் தூற்றிக்கொண்டதை இவ்வுலகம் மறந்துவிடவில்லையே” என்று *பூலோகவியாசன்* இதழ் ஓரிடத்தில் தரும் குறிப்பு மூலம் இதனை அறியமுடிகிறது. பொதுவாக, இத்தகைய விவாதங்கள் *திராவிட பாண்டியன், பறையன், பூலோகவியாசன், விகடதூதன்* இதழ்களில் இடம்பெற்றுவந்தன. அதேவேளையில் இரட்டைமலை சீனிவாசனுக்கும் ஆதரவிருந்ததை அவர் தெரிவிக்கிறார். மொத்தத்தில், தாழ்த்தப்பட்டோர்களின் அடையாளம் பற்றி ஒற்றையான பார்வைகள் இருந்திருக்கவில்லை. அது ஒரே குழுவினர்க்கிடையேயான பல்வேறு பார்வைகளினூடேதான் நிலைபெற்றிருக்கிறது என்பதை அறிகிறோம்.

13. 1900ஆம் ஆண்டு மேலைநாடு புறப்பட்டபோது லண்டன் சென்று பிரிட்டிஷாரிடையே தீண்டப்படாத சமூகத்தின் பிரச்சினைகள்பால் கவனத்தை ஈர்க்க வேண்டுமென்பது அவரின் திட்டமாக இருந்தது. ஆனால், அவர் செல்லும் வழியில் தென்னாப்பிரிக்காவிலேயே தங்கிவிட்டார். அப்போது, தென்னாப்பிரிக்காவிலும் காலனியாட்சியே இருந்தது. 1860ஆம் ஆண்டு முதல் இந்திய தொழிலாளர்கள் தென்னாப்பிரிக்காவுக்கு ஒப்பந்தக் கூலிகளாகச் செல்லத் தொடங்கியிருந்தனர். அவர்களுள் பெரும்பாலானோர் தமிழ்

தலித்துகளே. நெட்டால், கேப், டிரான்ஸ்வால், ஆரஞ்ச் பிரிஸ்டேட் ஆகிய குடியேற்றங்களில் கரும்புத் தோட்டங்கள், காஃபி தோட்டங்கள் போன்றவற்றில் அவர்கள் கூலிகளாக அமர்ந்தனர். பிறகு இந்திய உள்ளூர் வணிகர்களும் சென்றனர். அங்கு இரட்டைமலை சீனிவாசன் காலனிய அரசின் கீழிருந்த நிறுவனத்தில் இந்தியாவில் படித்து பணியாற்றிய கணக்கு நிர்வாகம் சார்ந்தே 1904ஆம் ஆண்டு பணியில் சேர்ந்தார். ஏறக்குறைய இப்பணியில் இவர் 16 ஆண்டுகாலம் இருந்தார்; மொழிபெயர்ப்பாளராகவும் இருந்தார் என்று கூறப்படுகிறது. 1904ஆம் ஆண்டுக்கு முந்தைய 4 ஆண்டுகளில் முதலிரண்டு ஆண்டுகள் ஜான்ஸிபார் என்னும் தீவில் வேலைபார்த்தார். அது என்ன வேலை என்று தெரியவில்லை. மற்ற இரண்டு ஆண்டுகள் பயணத்தில் கழிந்தனவா வேறு வேலைகளில் கழிந்தனவா என்பதும் தெரியவில்லை. 1900 தொடங்கி 1920 வரை மேலை நாட்டில் இருந்த அவர் 1921ஆம் ஆண்டு இந்தியா வந்து சேர்ந்தார். இந்த இருபது ஆண்டுகளில் அவர் இரண்டு ஆண்டுகள் கிழக்கு ஆப்பிரிக்காவிலும் இருந்தார்; அவை எந்தெந்த ஆண்டுகள் என்று தெரியவில்லை. ஆனால் அவர் புறப்படும்போது இருந்த லண்டன் பயணத் திட்டம் நிறைவேறாமலேயே நாடு திரும்பினார். இந்தியாவிலிருந்தபோது 1895–96ஆம் வருடங்கள் தொடங்கி காந்தியை அறிந்தும் சொற்பொழிவைக் கேட்டும் இருந்த சீனிவாசனுக்கு தென்னாப்பிரிக்காவில் 1906ஆம் ஆண்டு நேரடியாக சந்தித்துப் பழகும் வாய்ப்பும் ஏற்பட்டது.

14. இவரைப்பற்றி மேலதிக தகவல் ஏதும் கிடைக்கவில்லை. தென்னாப்பிரிக்காவில் டர்பன் நகரில் சீனிவாசனுக்கு உதவிய ஒருவர் என்ற அளவிலேயே பார்க்க வேண்டியிருக்கிறது.

15. லண்டனில் மூன்று வட்டமேஜை மாநாடுகள் நடந்தன. சீனிவாசன், அம்பேத்கரோடு சேர்ந்து முதலிரண்டு மாநாடுகளுக்கும் தாழ்த்தப்பட்டோர் பிரதிநிதியாக லண்டன் சென்றுவந்தார். அவருடைய லண்டன் பயணக்கனவு 30 ஆண்டுகளுக்குப்பின் நிறைவேறியது. முதல் வட்டமேஜை மாநாடு 12.11.1930ஆம் நாளில் தொடங்கி 19.01.1931ஆம் நாள்வரை நடந்தது. சீனிவாசன் தாழ்த்தப்பட்டோருக்கான (Minorities) குழுவில் மட்டுமல்லாது வாக்குரிமை குழு, பர்மா குழு ஆகியவற்றிலும் பங்கெடுத்தார். இம்மாநாட்டில் காங்கிரஸ் பங்கெடுக்கவில்லை. மாநாடு முடிந்து 27.02.1931ஆம் நாளில் சீனிவாசன் சென்னை திரும்பினார். 05.04.1931ஆம் நாளில் இதற்கான பாராட்டுக் கூட்ட மொன்று

சென்னையில் நடத்தப்பட்டது. அக்கூட்டத்தின்போது மாநாட்டு நடவடிக்கைகள் பற்றிய சிறுபிரசுரம் அவரால் வெளியிடப்பட்டது.

இரண்டாம் வட்டமேஜை மாநாடு 07.09.1931 தொடங்கி 01.12.1931ஆம் நாள்வரையில் நடந்தது. இம்மாநாட்டில் காங்கிரஸ் சார்பாக காந்தி பங்கேற்றார். மாநாடு முடிந்து 27.12.1931ஆம் நாள் திரும்பினார். மூன்றாம் வட்டமேஜை மாநாட்டிற்கு இருவரும் செல்லவில்லை. (மூன்றாம் வட்டமேஜை மாநாடு 1932 நவம்பர், டிசம்பர் மாதங்களில் நடந்தது.)

16. 1892ஆம் ஆண்டு சென்னையில் இரட்டைமலை சீனிவாசன் காரியதரிசியாக இருந்து இந்த அமைப்பை நிறுவினார். இதன் சார்பாக மாநாடுகள், விண்ணப்பங்கள், இதழ், கல்விப்பணி போன்றவை மேற்கொள்ளப்பட்டு வந்தன. 19ஆம் நூற்றாண்டின் இறுதியில் சென்னை நகரை மையமாகக் கொண்ட தலித் அரசியலில் இந்த அமைப்பு பிரதான இடம் வகிக்கிறது. தேசியம் என்ற பெயரில் பிராமணர்களின் நலன்களே பிரதிபலிக்கப்படுகின்றன என்று தலையீடுகள் செய்து வந்த இந்த அமைப்பு புதியதாக உருவாகிவரும் நிர்வாக அமைப்புகளில் தாழ்த்தப்பட்டோருக்கு இடங்கள் ஒதுக்கப்பட வேண்டும் என்றும் வலியுறுத்தி வந்தது. அவர் இந்தியாவிலிருந்த எட்டாண்டு காலமும் தீவிரமாக இயங்கிவந்த இந்த அமைப்பு அவர் மேலைநாடு சென்றுவிட்ட 1900க்குப் பிறகும் உள்ளூரின் பிற செயல்பாட்டாளர்களால் இயக்கப்பட்டு வந்தது. அத்தருணங்களில் அவர் அனுப்பிய கடிதங்கள் கூட்டங்களில் வாசிக்கப்பட்டு வழிகாட்டியாக கொள்ளப்பட்டன. ஆனால், 1920இல் அவர் நாடு திரும்பியபோது ஆதிதிராவிடர் என்ற அடையாளமே எழுச்சி பெற்றிருந்தது. அரசாலும் அப்பெயர் அங்கீகரிக்கப் பட்டிருந்தது. எனவே, இரட்டைமலை சீனிவாசன், பறையன் என்ற அடையாளத்தை விடுத்து ஆதிதிராவிடன் என்ற அடையாளத்தை ஏற்க தொடங்கியிருந்தார். இவ்வாறு ஒரு குறிப்பிட்ட சாதியைக் குறிப்பிடும் பெயராக இருந்த இந்த அடையாளத்தைப் பின்னாளில் தீண்டப்படாத சாதிகளின் தொகுப்பிற்கான பெயராக அரசும் மாற்றியபோது அந்த அடையாளத்திற்கும் சீனிவாசன் மாறினார்.

17. Sir George Tomkyns Chesney (1830–1895) எனப்பட்ட செஸ்னி இந்தியாவில் கவர்னர் ஜெனரல் கவுன்சிலின் ராணுவ உறுப்பினராக 1886 முதல் 1892 வரை இருந்தார். இவர் காலத்தில் ராணுவச் சீர்திருத்தங்கள் கொணர

விரும்பியும் அவை நிறைவேறவில்லை. 1892ஆம் ஆண்டு இந்தியாவிலிருந்து இங்கிலாந்து திரும்பினார். அதே ஆண்டிலேயே இங்கிலாந்து கன்சர்வேட்டிவ் பார்ட்டியின் பாராளுமன்ற உறுப்பினரானார். இதற்கு அடுத்த ஆண்டான 1893ஆம் ஆண்டு ஐசிஎஸ் தொடர்பான விண்ணப்பங்கள் அவரிடம் அளிக்கப்பட்டிருக்கின்றன.

18. கிறித்தவக் கல்வி நிறுவனங்களை எதிர்கொள்ளும் பொருட்டு சுதேசிகள் உருவாக்க முயன்ற கல்வி முயற்சிகளின் விளைவாக பச்சையப்பன் கல்விச்சாலை ஏற்பட்டது. தென்னிந்தியாவில் பிரிட்டிஷார் நிதியுதவியின்றி 1842ஆம் ஆண்டு ஆரம்பிக்கப்பட்ட முதல் கல்வி நிலையம் இது. 1889ஆம் ஆண்டு கல்லூரியாகத் தகுதிபெற்ற இக்கல்விச் சாலையில் 1947ஆம் ஆண்டுவரை இந்துமத மாணவர்கள் மட்டுமே சேர்க்கப்பட்டனர். இதன் மற்றொரு அங்கமாகவே தீண்டப்படாத சாதி மாணவர்களும் சேர்க்கப்படவில்லை. 1890களில் இரட்டைமலை சீனிவாசன் தொடங்கி 1920களில் எம்.சி. ராஜா வரையிலும் தலித் தலைவர்கள் இதற்கு எதிராகத் தொடர்ந்து குரலெழுப்பி வந்தனர். எம்.சி. ராஜா தலைமையில் கல்லூரிக்கு எதிரில் போராட்டம்கூட நடத்தப்பட்டது. பிறகு 1927ஆம் ஆண்டில் இதற்கு எதிராக வழக்கு தொடுக்கப்பட்டது. வழக்கின் பிற விவரங்கள் கிடைக்கவில்லை. ஆனால், வழக்கில் ஆதிதிராவிடர்கள் இந்துக்கள் எனவும், அவர்களைக் கல்விச்சாலையில் சேர்க்க வேண்டுமென்றும் தீர்ப்பு வெளியானதால் சேர்க்கைக்கு ஏற்பு கிடைத்ததென்று *குடிஅரசு* இதழின் குறிப்பு (27.11.1927) ஒன்று கூறுகிறது. எனவே, 1927ஆம் ஆண்டுமுதல் தலித் மாணவர்கள் சேர்க்கை தொடங்கியது என்று தெரிகிறது.

19. 1916 மார்ச்சில் பேரரசின் சட்டப்பேரவையில் (இம்பீரியல் லெஜிஸ்லேட்டிவ் கவுன்சில்) சென்னை மாகாண தீண்டப்படாத சமூகங்களின் இழிநிலை குறித்து விவாதம் நடைபெற்றது. தாழ்த்தப்பட்டோர் அமைப்புகள் அரசை நோக்கி அச்சு ஆவணமாக அளித்துவந்த விண்ணப்பங்கள், தீர்மானங்கள் ஆகியவற்றிற்கு இந்த அழுத்தத்தில் பங்கிருந்தன. அந்தவகையில் தன்னுடைய அமைப்பின் பங்கைப்பற்றி இரட்டைமலை சீனிவாசன் தரும் இக்குறிப்பும் அதை உறுதிசெய்கிறது. சட்டப்பேரவை விவாதங்களில் காங்கிரஸ் உறுப்பினர்கள் உள்ளிட்டோர் இச்சமூகங்களின் நிலை மேம்பட கொள்கைகளை உருவாக்குமாறு அரசைக் கேட்டுக்கொண்டார்கள். பேரரசின் சட்டப்பேரவையில் தீண்டாதார் பிரச்சினை

குறித்து நடந்த முதல் விவாதம் இதுதான் என்கிறார் வரலாற்றாசிரியர் ராஜசேகர் பாசு. (நந்தனின் பிள்ளைகள், பறையர் வரலாறு, கிழக்கு பதிப்பகம், 2014) இதுதொடர்பான அறிக்கையை சென்னை மாகாண அரசு அனுப்பியதும் அதில் கூடுதல் முனைப்பை மேற்கொள்ளும்படி பரிந்துரைத்தது. இதன் தொடர்ச்சியாக இவர்களின் நலன்களுக்காக வருவாய் வாரியம் ஏற்படுத்தப்பட்டது. இப்பணிகளைப் பார்வையிட தனிஅலுவலர் பதவியை ஏற்படுத்த ஒப்புதல் செய்யப்பட்டு சி.எஃப். பாடிசன் என்பவர் அதிகாரியானார். பின்னர், அது தொழிலாளர் ஆணையம் என்று பெயர் மாற்றப்பட்டது. 1920ஆம் ஆண்டு துணை அதிகாரி ஒருவரும் நியமிக்கப்பட்டார். அடுத்த இரண்டாண்டுகளில் மாவட்டத் தொழிலாளர் ஆணையர்கள் நியமிக்கப்பட்டார்கள். தீண்டப்படாதாருக்கான பள்ளிகள், நிலங்கள், வீட்டுமனைகள் போன்ற பிரச்சினைகளை இந்த ஆணையமே கவனித்துக் கொண்டது. இந்த ஆணையத்தைப் பிரித்து இச்சமூகம் விரைந்து முன்னேற தனித்துறை அமைக்க வேண்டுமென எம்.சி. ராஜா உள்ளிட்டோர் வலியுறுத்தி வந்தனர். பின்னாட்களில் அரிஜன நலத்துறை, ஆதிதிராவிடர் நலத்துறை என்று தனி அமைச்சகங்கள் ஏற்பட அதுவே முன்னோடியாக அமைந்தன. இதை அடியொற்றியே பின்னாளில் (1969) பிற்படுத்தப்பட்டோர் நலத்துறை அமைச்சகமும் ஏற்படுத்தப்பட்டது. தொழிலாளர் ஆணையம் அதன் பலவீனங்களைத் தாண்டிப் பல்வேறு நடவடிக்கைகளை மேற்கொண்டது என்று குறிப்பிடுகிறார் ராஜசேகர் பாசு. தொழிலாளர் ஆணையத்தின் நடைமுறைகள் எதிர்கொள்ளப்பட்ட விதம் குறித்து மேலதிக விவரங்களை எம்.சி. ராஜா எழுதிய ஒடுக்கப்பட்ட இந்துக்கள் என்ற *The Oppressed Hindus* நூலில் காணலாம்.

20. இவர் பெயரைத் தவிர வேறு குறிப்புகள் கிடைக்கவில்லை.

21. Elgin (1849–1917) 1894ஆம் ஆண்டுமுதல் 1899ஆம் ஆண்டுவரை இந்தியாவின் வைஸ்ராயாக இருந்தவர். தீண்டப்படாதார் மேம்பாட்டு நோக்கில் ஆங்கிலேயர் அரசை ஆதரித்து வந்த பறையர் மகாஜன சபை எல்ஜின் தன் மனைவியோடு சென்னைக்கு வருகை தந்தபோது அவரை வரவேற்றதோடு நேரில் சந்தித்துக் குறைபாடுகளையும் கூறியது. இரட்டைமலை சீனிவாசன் தரும் குறிப்பின்படி பார்த்தால் கவர்னர் ஜெனரல் ஒருவரை நேரில் சந்தித்த தாழ்த்தப்பட்டோர் வகுப்பின் முதல் குழுவினர் இவர்களே என்று தெரிகிறது. இது 1895ஆம் ஆண்டு டிசம்பரில் நடந்திருக்கிறது. இவ்

வகுப்பினரைத் தனித்ததொரு சமூகமாக அரசாங்கம் அங்கீகரிப்பதற்கு இந்த சந்திப்புதான் உதவியது என்பதும் அவரின் உரிமைகோரலாக இருக்கிறது.

22. பெயரில்லாமல் சுட்டப்படும் கனவான் யாரென்று அறிவதற்கான சான்றுகள் கிடைக்கவில்லை. இரட்டைமலை சீனிவாசன் கூறுவதைப் பார்க்கும்போது சென்னையில் செயல்பட்டுவந்த வேறு குழுவைச் சேர்ந்தவராக இருக்க வேண்டும். அதாவது, பறையர் என்ற அடையாளத்தை ஏற்காத குழுவைச் சேர்ந்தவராக அவர் இருந்திருக்க முடியும் என்று தோன்றுகிறது. அக்காரணத்தாலேயே அவர் வராமல் போயிருக்க வேண்டும். சீனிவாசன் இதைக் குறிப்பிடும் இடத்திற்கு, முந்திய பத்தியில் இனஞ்சேரா சிலர் என்று கூறுவதையும் இத்தோடு இணைத்துப் பார்க்கலாம்.

23. *Alexandrina Victoria* எனப்படும் விக்டோரியா ராணி (1819 – 1901) இங்கிலாந்தின் ராணியாக 28.06.1838ஆம் நாள் பதவியேற்றார். 1898ஆம் ஆண்டோடு அவர் பதவியேற்று அறுபதாண்டுகள் ஆனதை ஒட்டி நடந்த விழா.

24. 1928ஆம் ஆண்டு *The Madras Provincial Depressed Classes Federation* எனப்படும் சென்னை மாகாண தாழ்த்தப்பட்டோர் ஐக்கிய முன்னணி என்ற அமைப்பைத் தலித் செயற்பாட்டாளர்கள் உருவாக்கினர். அதன் தலைவராக சீனிவாசனை நியமித்தனர். பின்னர் இந்த அமைப்பு, 1936ஆம் ஆண்டு *Depressed* என்பதை *Scheduled* என்று மாற்றிக்கொண்டு சென்னை மாகாண ஷெட்யூல்டு வகுப்பினர் கட்சி *(The Madras Provincial Scheduled Castes Party)* என்ற பெயரில் செயல்பட்டது. இத்தருணத்தில் அமைப்பின் துணைத்தலைவராக எம்.சி. ராஜாவும் பொருளாளராக எல்.சி. குருசாமியும் இருந்தனர். இரண்டாண்டுகள் அமைப்புப் பணிகள் நடைபெற்று வந்த நிலையில் மீண்டும் 1938ஆம் ஆண்டு ஆகஸ்ட்டில் *Party* என்பது *Federation* என்று மாறி சென்னை மாகாண ஷெட்யூல்டு வகுப்பு பெடரேஷன் *(The Madras Provincial Scheduled Cast Federation)* என்று ஆகியது. மூன்றிலும் இரட்டைமலை சீனிவாசன்தான் தலைவராகத் தேர்ந்தெடுக்கப்பட்டார். விடியல் என்ற பொருள் தரும் வகையில் உதயசூரியன், அமைப்பின் சின்னமாக ஆக்கப்பட்டது. அதனால் இந்த அமைப்பைச் சூர்யகட்சி என்று குறிப்பிடும் வழக்கம் அன்றைக்கு நிலவியது. எனினும், அமைப்புகளின் செயல்பாடுகள் பற்றிய துல்லியமான தகவல்கள் கிடைக்கவில்லை.

25. 1921ஆம் ஆண்டு இந்தியா திரும்பிய சீனிவாசன் 1923ஆம் ஆண்டு சட்டசபை நியமன உறுப்பினர் (MLC) ஆனார். பிறகு அரசு சார்ந்தும் சாராமலும் பல்வேறு அமைப்புகளிலும் குழுக்களிலும் பங்கு வகித்தார். 1927ஆம் ஆண்டு தாழ்த்தப்பட்டோர் என்ற கல்விக்கழகம் ஒன்றை நடத்தினார். பின்னர் பத்தாண்டுகாலம் சென்னைப் பல்கலைக்கழக செனட் உறுப்பினராக இருந்தார். இது தவிர பொது கணக்குத்துறை (Public Accounts Committee), கூட்டுறவு வங்கிக் குழு (Madras Court of Wards Act Bill 1902 to amed), சட்ட பேரவைக்குழு (House Committee 1935), காடுகளுக்கான சட்டதிருத்த மசோதா குழு (The Madras Forest (Amendment) Bill Act 1935) ஆகியவற்றிலும் உறுப்பினராக இருந்தார்.

26. சென்னை மாகாண சட்டசபைக்கு தீண்டப்படாதோர், நியமன உறுப்பினர்களாகத் தேர்ந்தெடுக்கப்பட்டனர். சீனிவாசன் அவ்வாறே நியமிக்கப்பட்டார். 1923ஆம் ஆண்டு சென்னை மாநிலத்தின் பூந்தமல்லி தொகுதியின் நியமன உறுப்பினராக சீனிவாசனை அரசு நியமித்தது. 26.11.1923ஆம் நாள் உறுப்பினராகப் பதவியேற்றார். 1923 தொடங்கி 1938 வரை 15 வருடங்கள் அவர் சட்டசபையில் அங்கம் வகித்தார். இதற்குப் பின்னரும் தான் சட்டசபையின் மேல்சபை உறுப்பினராக இருப்பதாகவும் அவர் இங்கு குறிப்பிடுகிறார். அது எப்போது நிறைவுற்றது என்று தெரியவில்லை. இதன்படி அவர் 15 ஆண்டுகாலம் தாண்டியும் சட்டப்பேரவையில் இருந்ததாகத் தெரிகிறது.

27. இந்தியாவில் சாதிவாரிப் பிரதிநிதித்துவம் பற்றிய சைமன் குழுவின் ஆலோசனையில் மாகாண அளவில் உறுப்பினர்கள் பங்கெடுத்தனர். 1928, 1929 ஆகிய ஆண்டுகளில் நடைபெற்ற இந்திய ராஜப்பிரதிநிதி ஆலோசனைக் குழுவில் பங்கேற்குமாறு டாக்டர் அம்பேத்கருக்கும் இரட்டைமலை சீனிவாசனுக்கும் அழைப்பு விடுக்கப்பட்டது. இதனையே இரட்டைமலை சீனிவாசன் மகாசபை என்கிறார். இதற்கெல்லாம் பின்னர் 1930 மே மாதத்தில் சைமன் கமிஷன் அறிக்கை வெளியிடப்பட்டது. அதில் வகுப்புவாரி ஒதுக்கீடு பற்றிய பரிந்துரைகள் இருந்தன. இதனை விவாதிப்பதற்காகவே அடுத்து லண்டனில் வட்டமேஜை மாநாடுகள் கூட்டப்பட்டன.

28. வட்டமேஜை மாநாடுக்கு லண்டன் சென்றபோது இங்கிலாந்து மன்னராக இருந்தவர். அவருக்கு George Frederick Ernest Albert (1865–1936) என்பது முழுப் பெயராகும்.

இவர் ஐந்தாம் ஜார்ஜ் மன்னர் என்றழைக்கப்பட்டார். 1910ஆம் ஆண்டுமுதல் 1936ஆம் ஆண்டு மரணிக்கும் வரையிலும் மன்னராக இருந்தார். Mary of Teck என்பவர் ராணி ஆவார்.

29. Eardley John Norton (1852 – 1931) என்பது முழுப் பெயராகும். 1879 முதல் 1906ஆம் ஆண்டு வரை சென்னையில் வழக்கறிஞராகப் பணிபுரிந்தார். *இந்து* இதழின் கர்த்தாவான ஜி. சுப்பிரமணிய அய்யரின் நெருங்கிய நண்பர் இவர். இந்திய காங்கிரஸ் இயக்கத்தின் தொடக்க காலத்தில் அவற்றோடு இணைந்திருந்தார். இந்நிலையில் அவர் இரட்டைமலை சீனிவாசன் மீது ஏளனப் பார்வையைக் கொண்டிருந்ததைப் புரிந்துகொள்ள முடிகிறது.

30. 20ஆம் நூற்றாண்டின் இந்திய அரசியல் வரலாற்றிலும் தேசிய அளவிலான தாழ்த்தப்பட்டோர் அரசியலிலும் பூனா ஒப்பந்தம் முக்கிய இடம் வகிக்கிறது. இரண்டாம் வட்டமேஜை மாநாட்டு முடிவுகளின்படி 17.03.1932ஆம் நாள் இங்கிலாந்து பிரதமர் ராம்சே மெக்ரொனால்டு வகுப்புவாரி இட ஒதுக்கீட்டுக் கொள்கையின்கீழ் தொகுதிப் பகிர்வுத் திட்டத்தை அறிவித்தார். இதன்மூலம் முஸ்லிம்கள், சீக்கியர்கள், கிறித்தவர்கள், தாழ்த்தப்பட்டோர் ஆகியோருக்கு வாக்குரிமை அளிக்கப்பட்டது. இதில் இரட்டை வாக்குரிமை அடிப்படையில் தாழ்த்தப்பட்டோர் பிரதிநிதித்துவம் அமைந்தது. இரட்டை வாக்குரிமை என்பது தாழ்த்தப்பட்டோர் மட்டுமே பெரும்பான்மையாக வகிக்கும் தொகுதியை தனித்தொகுதியாக்கி அதில் தாழ்த்தப்பட்டோர் மட்டுமே வாக்களிக்கும் வாய்ப்பும், அதேசமயம் பொதுத்தொகுதியிலும் வாக்களிக்கும் வாய்ப்பும் அமைந்தது. இம்முயற்சி இந்து சமூகத்திலிருந்து தாழ்த்தப்பட்டோரைத் தனிமைப்படுத்தும் என்று கூறி எரவாடா சிறையிலிருந்த காந்தி சாகும்வரை உண்ணாவிரதம் அறிவித்தார். இதன் முடிவில் இரட்டை வாக்குரிமை கோரிக்கை கைவிடப்பட்டு தாழ்த்தப்பட்ட தலைவர்களுக்கும் மற்றவர்களுக்கும் இடையே பூனா நகரில் ஓர் ஒப்பந்தம் 24.09.1932ஆம் நாளில் நடந்தது. அதுவே பூனா ஒப்பந்தம். இதில் தாழ்த்தப்பட்டோர் சார்பாக கையெழுத்திட்ட பிரதிநிதிகளில் சீனிவாசனும் ஒருவர். மேலும் விவரங்களுக்கு காண்க: அநுபந்தம் – 3.

31. 1930 தொடங்கி வெவ்வேறு தருணங்களில் ஆலயப் பிரவேசத் தடைகளை அகற்றும் சட்டமுன்வரைவைக் கொணருவதற்கான முயற்சிகள் மேற்கொள்ளப்பட்டன.

ஆலயப் பிரவேசத்தை ஆதரித்த சீனிவாசன் அதைத் தேசிய இயக்கத்தார் தாழ்த்தப்பட்டோரைத் தங்களோடு சேர்ந்துகொள்ளும் வண்ணமாகவே அதை நடத்தி வருகின்றனர் என்றும் தாழ்த்தப்பட்டோர் விருப்பத்தின்படி அது அமையவேண்டும் என்றும் விமர்சித்து வந்தார்; காங்கிரஸ் அரசின் முன்னுக்குப் பின்னான நிலைபாட்டை விமரிசித்தார். இதில், திருவிதாங்கூர் அரசர் 12.11.1936ஆம் நாளில் தாழ்த்தப்பட்டோரை நுழைய அனுமதிக்கும் வண்ணம் முயற்சிகளேற்படுத்தியதை அவர் சுட்டிக்காட்டினார். சென்னை மாகாணத்தில் மலபார் ஆலய நுழைவுச்சட்டம் கைவிடப்படாமலேயே 1939 ஆகஸ்டில் ஆலய நுழைவுக்கான விலக்குச் சட்ட மசோதா தாக்கல் செய்யப்பட்டது. காண்க: பின்னிணைப்பு: 2.

32. சாம்பான் என்ற பெயரில் வழங்கப்படும் தெய்வங்களையும் உரிமைகளையும் இரட்டைமலை சீனிவாசன் இவ்விடத்தில் அடுக்குகிறார். சாம்பான், சாம்பவன், சாம்புவன், சாம்பாக்கன் என்கிற பெயர்களில் பொதுவாக பறையர் வகுப்பினரையும் ஒருசில இடங்களில் அவ்வகுப்பின் ஒருசில பிரிவினரையும் அழைப்பதுண்டு. திருச்சி, தஞ்சாவூர், திருவாரூர் ஆகிய ஊர்களில் வணங்கப்படும் தெய்வங்களின் பெயர்களாகவும் இவை இருப்பதை இரட்டைமலை சீனிவாசன் காட்டுகிறார். இவ்வூர்களின் கோயில்கள் அவ்வகுப்பின் முன்னோர்கள் புதைக்கப்பட்ட கல்லறைகளேயாகும் என்று கூறுகிறார். கல்லறைகளே இக்கோயில்களானது என்ற பார்வையை இவர் மட்டுமே கூறுகிறார். இந்நூலிலும் 3 இடங்களில் இக்கூற்றைக் கூறுகிறார். 1890களில் *பறையன்* இதழை நடத்தியபோது கொண்டிருந்த அக்கருத்தை 1930களில் ஆலயப் பிரவேசம் நடந்தபோதும் பகிர்ந்து கொண்டார். இந்த வகுப்பார் வணங்கிவந்த கல்லறைகளைக் கைப்பற்றிக்கொண்ட பிறர் அவற்றின் பழைய பெயர்களை மாற்றிவிட்டு இவ்வகுப்பாரை உள்ளே வர விடாமல் தடுத்துவிட்டனர் என்று விளக்கினார். அயோத்திதாசர் பௌத்தம் பற்றித் தந்த விளக்கத்தோடு இந்த விளக்கம் ஒத்துப்போவதைப் பார்க்க முடிகிறது.

33. 1935 அக்டோபர் மாதம் 13ஆம் நாள் பத்தாயிரம் பேருக்கு மேற்பட்டோர் கலந்துகொண்ட இயோலா மாநாட்டில் டாக்டர் அம்பேத்கர் தான் சாவதற்குள் இந்துமதத்திலிருந்து விலகுவேன் என்றும் அதுவே ஒடுக்கப்பட்ட மக்களுக்குச் சமத்துவத்தையும் சமஉரிமையையும் அளிக்கும் என்றும் உரை நிகழ்த்தினார். அம்பேத்கர் மதம் மாறுவேன் என்று

கூறினாரே ஒழிய அது எந்த மதம் என்று கூறவில்லை. 1935இல் இவ்வாறு கூறிய அவர் 1956ஆம் ஆண்டு அக்டோபரில்தான் பௌத்தம் தழுவினார். அம்பேத்கரின் இம்முடிவு பலத்த தாக்கத்தை ஏற்படுத்தியது. தாழ்த்தப்பட்டோர் அல்லாத தலைவர்களுக்கு மட்டுமல்லாது அவரோடு அரசியல் ரீதியாக இணக்கம் கொண்டிருந்த தலித் தலைவர்களில் சிலருங்கூட அவர் கருத்தோடு உடன்படவில்லை. இப்பின்னணியில்தான் அம்பேத்கரின் மதமாற்றம் பற்றிய இரட்டைமலை சீனிவாசனின் மாற்றுக்கருத்தும் அமைந்தது. இக்குறிப்பு மட்டுமல்லாது தனியாக அவர் எழுதிய பதிவும் *தி டைம்ஸ் ஆப் இந்தியா* என்ற ஆங்கில ஏட்டிலும் (16.10.1935) காந்தியின் *ஹரிஜன்* ஏட்டிலும் (4.3.1936) வெளியானது. காண்க: பின்னிணைப்பு: 1.

34. *Yelena Pertovna Blavatsky* எனப்படும் பிளாவாட்ஸ்கி (1831–1891) 1875ஆம் ஆண்டு பம்பாயில் பிரம்மஞான சபையை ஆல்காட்டோடு இணைந்து தோற்றுவித்தார். 1849 முதல் 1869 வரை உலகின் பல பகுதிகளுக்கும் ஆன்மிகப் பயணம் மேற்கொண்ட அவர் 1880ஆம் ஆண்டு இலங்கையில் ஆல்காட்டோடு சேர்ந்து பஞ்சசீலம் பெற்று பௌத்தரானார். அது தொடர்பான பயணத்தில் நீலகிரியில் தங்கியிருந்தபோதுதான் இரட்டைமலை சீனிவாசன் ஆல்காட்டையும் இவரையும் சந்தித்தார். தொடர் நட்பின் மூலம் சீனிவாசனும் பிரம்மஞான சபையில் சேர்ந்து பஞ்ச சீலம் பெற்று பௌத்தராக மாறினார். சில ஆண்டுகாலம் அதில் நீடித்த அவர் பின்னர் விலகிக்கொண்டார் என்ற குறிப்பு கிடைக்கிறது. பிளாவாட்ஸ்கி அம்மையாருக்கு அடுத்து அன்னிபெசண்ட் அம்மையார் பிரம்மஞான சபையின் தலைவரானார். 19ஆம் நூற்றாண்டின் நவீன ஆன்மிகத் தத்துவத் தேடலில் மட்டுமல்லாது அரசியல் இயக்கங்களின் கால்கோளுக்கும் இவர்கள் வழியமைத்தனர்.

35. *Henry Steel Olcot* (1832–1907) அமெரிக்காவில் பிறந்த ஆல்காட் அமெரிக்க ராணுவத்தில் சில காலமும் செய்தியாளராகச் சிலகாலமும் பணியாற்றினார். அனைத்து மதத்திலும் ஒருமையுணர்வைக் காண்பது என்ற நோக்கத்தில் நியுயார்க்கில் இறையறிவுக் கழகத்தைத் தொடங்கி இந்தியாவின் பம்பாயில் வந்திறங்கினார். 19ஆம் நூற்றாண்டின் கடைசிப் பத்தாண்டுகளில் இந்தியாவிலும் இலங்கையிலும் நவீன பௌத்த மறுமலர்ச்சிக்கு முக்கிய அடித்தளமாக விளங்கியவர் இவர். இவரும் பிளாவாட்ஸ்கியும் சேர்ந்து 1879ஆம் ஆண்டு பம்பாயில் பிரம்மஞான சபையை நிறுவினர்.

மூன்றாண்டுகள் கழித்து சென்னை அடையாற்றில் சபையின் தலைமையகத்தை நிறுவினர். 1880ஆம் ஆண்டு ஆல்காட்டும் பிளாவாட்ஸ்கியும் பஞ்சசீலம் பெற்று பௌத்தரானார்கள். நீலகிரியில் 1882ஆம் ஆண்டு இரட்டைமலை சீனிவாசனை இருவரும் சந்தித்தனர் என்பதும் இவர்களுடைய நட்பில் அவரும் பௌத்தம் தழுவினார் என்பதும் இச்சரித்திரம் மூலம் தெரியவரும் முக்கியமான வரலாற்றுக் குறிப்பாகும். பின்னர் சீனிவாசன் அம்மதத்திலிருந்து விலகிக்கொண்டதாகக் கூறுகிறார். இதுதொடர்பாக ஆல்காட்டும் சீனிவாசனும் இதழ்கள் வாயிலாக விவாதங்கள் செய்தனர். இதற்குப் பின்னரே சென்னை வந்து அவர் அமைப்பையும் இதழையும் தொடங்கி அரசியல் பணியாற்றியதாகத் தெரிகிறது. இவ்வாறு சீனிவாசன் முரண்பட்டுக்கொண்டிருந்த காலத்தில் மற்றொரு முன்னோடியான அயோத்திதாசர் ஆல்காட்டின் தோழமையைப் பலமாகக் கொண்டு பௌத்தம் நோக்கி வந்துகொண்டிருந்தார் என்பது சுவையான முரணாகும்.

36. 1885ஆம் ஆண்டு டிசம்பர் மாதம் 28ஆம் நாள் பம்பாயில் காங்கிரஸ் அமைப்பு உருவாக்கப்பட்டது. உமேஸ் சந்திர பானர்ஜி, சுரேந்திரநாத் பானர்ஜி, ஆலன் ஆக்டேவியன் ஹியூம் (Allan Octavian Hume), வில்லியம் வெட்டர்பர்ன் (William Wedderburn), தின்சா வாச்சா (Dinshaw Wacha) ஆகிய ஆங்கிலேய கனவான்களாலும் படித்த இந்திய உயர்சாதி அறிவாளிகளாலும் இவ்வியக்கம் தொடங்கப்பட்டது. காங்கிரஸ் கட்சியின் சென்னைத் தொடர்பில் சென்னை மகாஜன சபையும் பிரம்மஞான சபையும் இருந்தன. பிரம்மஞான சபையைச் சேர்ந்த அன்னிபெசன்ட் பின்னாளில் காங்கிரஸ் செயற்பாட்டாளராகவே மாறினார். தங்களுக்குள்ளே மாறுபட்ட கருத்துகள் கொண்டிருப்பினும் அயோத்திதாசரும் இரட்டைமலை சீனிவாசனும் ஆரம்பத்தி லிருந்தே காங்கிரஸைப் பிராமண நோக்குடையதாகவே கருதி விமர்சித்து வந்தனர். இக்குறிப்பில் காங்கிரஸ் உருவாக்கத்தில் சென்னை பிரம்மஞான சபைக்கிருந்த முக்கியத்துவம் ஒன்றை சீனிவாசன் சுட்டுகிறார். அதாவது, 1884ஆம் ஆண்டு அடையாற்றில் கூடியவர்களின் ஆலோசனையையும் அடுத்த ஆண்டு ஆரம்பமான காங்கிரஸ் தோற்றத்திற்கான யோசனைகளில் சேர்க்கின்றன.

37. காந்தி சென்னை வந்திருந்தபோது 22.12.1933ஆம் நாள் மாலை அவரை ஒரு குழுவோடு சென்று இரட்டைமலை சீனிவாசன் சந்தித்தார். வி. தர்மலிங்கம் பிள்ளை, சுவாமி சகஜானந்தர், பி.வி. ராஜகோபால் பிள்ளை, வி.கே. புஷ்பராஜ், எச்.எம்.

ஜெகன்னாதன் ஆகியோர் குழுவில் இருந்தனர். காந்தியோடு உரையாடிய குழு சார்பாக சீனிவாசன் ஓர் அறிக்கையையும் அளித்தார். பூனா உடன்படிக்கை அரிஜன சேவா சங்கம் ஆகியவற்றின் நடைமுறை செயல்கள் பற்றி விவரித்திருந்த அந்த அறிக்கையில் அரிஜன் என்ற பெயர்சூட்டலிலும் ஆலயப் பிரவேசத்திலும் தங்களின் விருப்பம் கணக்கில் கொள்ளப்படவில்லை என்றும் சொல்லப்பட்டிருந்தது. இதைப் பற்றி சீனிவாசன் பிரசுரித்த நூல் கிடைக்கவில்லை. மேலும் அறிய காண்க: பின்னிணைப்பு: 5.

38. 1887ஆம் ஆண்டு திருமணம் நடந்தது. மனைவி பெயர் ரங்கநாயகி. சுபத்ராதேவி, பாகிரதி, சிட்டிபாபு நீலகண்டன், காந்திமதி, அலங்காரசித்தன், குலசேகரன் என்பவை குழந்தைகளின் பெயர்களாகும். சீனிவாசனின் சகோதரி தனலட்சுமியை அயோத்திதாசர் மணம் புரிந்திருந்தார். அயோத்திதாசரின் மூத்தமகன் பட்டாபிராமனுக்கும் சீனிவாசன் மகள் காந்திமதிக்கும் திருமணம் நடைபெற்றது. சீனிவாசன் தென்னாப்பிரிக்கா சென்றபிறகு இளையமகன் குலசேகரனோடு தென்னாப்பிரிக்கா சென்ற ரங்கநாயகி 1921ஆம் ஆண்டு சீனிவாசனோடு நாடு திரும்பினார். அங்கு அம்மகன் இறந்துபோனார். சீனிவாசனோடு 41 ஆண்டுகாலம் வாழ்ந்த ரெங்கநாயகி தம் அறுபதாம் வயதில் 1928ஆம் ஆண்டு மரணமடைந்தார். சென்னை ஓட்டேரி இடுகாட்டில் அவருக்கு நினைவுத் தூண் எழுப்பினார். பின்னால் அவரும் அருகிலேயே அடக்கம்செய்யப்பட்டார். இருவரின் கல்லறையும் ஒன்றாக அமைந்திருப்பதை ஓட்டேரி இடுகாட்டில் இப்போதும் பார்க்கலாம். சீனிவாசன் கொணர்ந்த பொதுப் பாதைப் புழக்க மசோதாவிற்கான முயற்சி ரங்கநாயகி அம்மையாரின் வலியுறுத்தலாலேயே நடந்தது. அதை உறுதிசெய்யும் விதத்தில் நினைவுத்தூணில் அத்தகவலைப் பொறிக்கச் செய்தார். அதிலுள்ள வாசகம் வருமாறு: சிவமயம். இவ்வம்மையாரின் கோரிக்கைக்கிணங்கி தாழ்த்தப்பட்ட வகுப்புகளைச் சேர்ந்தவர்கள் பொது ரஸ்தாக்கள், கிணறுகள், பொதுஇடங்கள், கட்டிடங்கள் முதலியவைகளை உபயோகிக்க பின்வரும் கவர்ன்மெண்ட் உத்தரவை – தங்கள் பத்தாவான – ஸ்ரீனிவாசன் பெற்றனர். போர்ட்ஸெய்ன்ட் ஜார்ஜ் கெஜட்

1. A. 27–1–1925, 28–4–1925

25–8–1924.2660ம் நி. L&M

காண்க: பின்னிணைப்பு: 6

39. பொதுப்பாதைகளில் தீண்டப்படாதார் நடப்பதற்கிருந்த தடைகளை விலக்கும் இந்த மசோதா 25.06.1924ஆம் நாள் இரட்டைமலை சீனிவாசனால் கொணரப்பட்டது. இது தொடர்பான தீர்மானங்கள் எம்.சி. ராஜா (1919), சி.வி. வெங்கடரமண ஐயங்கார் (1921) ஆகியோரால் கொணரப்பட்டிருந்தன. அவற்றில் இருந்த குறைபாடுகளை நீக்கிய மூன்றாவது மசோதா இது. தீர்மானத்திற்கு ஆதரவும் எதிர்ப்பும் சேர்ந்தே இருந்தன. எல்.சி. குருசாமி விவாதத்தில் பங்கேற்றார். எஸ். சத்தியமூர்த்தி வழிமொழிந்தார். சில வார்த்தைகள் மாற்றப்பட வேண்டுமென்ற ஏ. சிதம்பர நாடார் என்பாரின் திருத்தங்கள் ஏற்கப்பட்டன. பிறகு நடேச முதலியார் வழிமொழிந்தார். இது 27.01.1925ஆம் நாள் போர்ட் செயிண்ட் ஜார்ஜ் கெஜட்டில் ஐ.ஏ. பாகத்தின் உட்பிரிவாக விளம்பரம் பிரசுரிக்கப்பட்டு, பின்பு அது திருத்தப்பட்டு 25.4.1925ஆம் நாள் 2660 நி.எல்.அண்ட் எம். அரசாங்க உத்தரவு என்று அமைந்தது. சி.பி. காட்டெரல் அரசாங்க செயலர் கையொப்பமிட்டு அரசாணையானது.

40. இன்றைய கேரள மாநிலம் பாலக்காடு வட்டம் கல்பாத்தி என்னும் அக்ரஹாரமுடைய ஊரின் பொதுப்பாதையைப் பயன்படுத்துவதற்கான நெடிய போராட்டம் நடந்து வந்தது. 1880-1890கள் காலகட்ட போராட்டத்திலிருந்து 1920களின் போராட்டம் வேறுபட்டது. அக்ரஹார தெருவில் நடப்பதற்கான போராட்டத்தை நடத்திவந்த ஈழவ சாதியைச் சேர்ந்த வழக்கறிஞர் ராகவன் இரட்டைமலை சீனிவாசனின் தீர்மானத்தை முன்வைத்துச் சில நாட்களிலேயே (1924 நவம்பர்) அவ்வுரிமையைச் சட்டப்படி கோரினார். இச்சிக்கல் தொடர்பாக அதிகாரிகள் நடத்திய பேச்சுவார்த்தையிலும் நீதிமன்றத்திலும் சீனிவாசனின் தீர்மானம் முக்கிய தரவாக்கப்பட்டது. இந்த தீர்மானம், போராட்டத்தில் வகித்த பங்கை அறிய: கோ. ரகுபதி எழுதிய 'அக்ரஹார ஊடுபோக்கு! தனி பொதுப்பாதைக்கான விவாதம்' என்ற கட்டுரையைப் பார்க்கலாம் (தலித் பொதுவுரிமைப் போராட்டம், காலச்சுவடு வெளியீடு, 2014).

பின்னிணைப்புகள்

1

மதமாற்றம் ஒரு நிவாரணம் ஆகாது
4 ஜூன் 1936

தீண்டத்தகாதவர்களுக்கு மதமாற்றம் ஒரு நிவாரணம் ஆகாது என்பதைக் குறிப்பிடுவதற்காக திவான்பகதூர் ஆர். சீனிவாசன் இந்து நாளிதழில் இவ்வாறு எழுதியுள்ளார்:

லக்னோ, பம்பாய், கேரளப் பகுதிகளில் உள்ள தாழ்த்தப் பட்ட மக்களில் சில பகுதியினர் தங்கள் மதங்களை மாற்றிக் கொள்ளப்போவதாக செய்தித்தாளில் வரும் அறிக்கைகள் படிப்பதற்கு வேடிக்கையாக இருக்கின்றன. அவர்கள் ஆகாயத்தில் சிலம்பம் வீசுகிறார்கள் என்று தோன்றுகிறது.

கீழ்காணும் உண்மைகள் கவனமான பரிசீலனைக்குரியவை

1. சாதி இந்துவுக்கு முஸ்லிமோ கிறிஸ்தவனோ தீண்டத் தகாதவன். அவர்களுடன் அவன் சேர்ந்து உண்பதில்லை. அவர்களுடன் திருமண உறவும் வைத்துக்கொள்வதில்லை. இஸ்லாம் அல்லது கிறிஸ்தவம் என்ற சமயம் அல்ல, அவனை ஆதரிக்கும் சமூக அமைப்பு என்ற கூட்டம் அவனுக்கு மனோதிடத்தை அளித்து, தன் உரிமைகளையும் தனக்குரிய சிலாக்கியங்களையும் கோரிப் பெறுவதற்குரிய தைரியத்தையும் தேவைப்பட்டால் எதிர்த்துப் போரிடுவ தற்கும் அவனுக்கு ஊக்கமளிக்கிறது. தாழ்த்தப்பட்ட இனத்தைச் சேர்ந்த ஒருவனுக்கு இந்தத் தைரியம் வராது. அவனுடைய பொருளாதார நிலையும் கல்வி நிலையும் மிக மோசமாக இருக்கிறது. எனவே ஒருங்கிணைக்கப்பட்ட சமூகமாகத் தாழ்த்தப்பட்ட இனம் இருக்க முடியாது.

2. 1890இல் சென்னை மாநிலத்தில் தாழ்த்தப்பட்ட இனங்களின் (பறையர்கள்) ஒரு பிரிவினர் சங்கம் ஒன்றை நிறுவிக் குரல் எழுப்ப முடியாதவர்களின் குரலாகச் செயல்படும் பத்திரிகை ஒன்றையும் நடத்தினார்கள். சாதி இந்துக்களிலிருந்து தாங்கள் வேறுபட்ட இனத்தவர் என்பதை அரசு அங்கீகரிக்க வேண்டும் என்று இந்தியாவிலும் பிரிட்டனிலும் போராட்டம் நடத்தி, தங்களுடைய கோரிக்கைகளை அரசிடம் சமர்ப்பித்தார்கள். தங்களது இழிநிலையைப் போக்கிடக் கோரினர்.

3. தாழ்த்தப்பட்ட இனத்தவரை உயர்த்தித் தீண்டாமையை ஒழிக்கும் நோக்கத்துடன் அவர்கள்மீது அனுதாபப்பட்டு, தற்போது தொழிலாளர் துறை என்றழைக்கப்படும் துறையை நிறுவி அதன் நேரடிப் பாதுகாப்பின்கீழ் அவர்களைக் கொண்டுவந்தார்கள். அத்துறை துவங்கப்பட்ட நாளிலிருந்து இம்மக்களுக்கு வழங்கப்பட்ட அரசு நிலம் 35, 170, இவர்களுக்காகக் கையகப்படுத்தப்பட்ட நிலம் 35, 540, வெட்டப்பட்ட மற்றும் பழுது பார்க்கப்பட்ட கிணறுகள் 4860, ரூ. 20,30,466 செலவில் 80 குளங்கள் அமைக்கப்பட்டுள்ளன. இவர்களுக்கு வழங்கப்பட்ட நிலம் 399,000 ஏக்கர் அளவுடையது. 7000க்கு மேற்பட்டவர்கள் குடியிருக்கத்தக்க 6 காலனிகள் அமைக்கப்பட்டுள்ளன. நடைபாதைகள், சுடுகாட்டு மனைகள் மற்றும் தேவையான வசதிகள் செய்து கொடுக்கப்பட்டுள்ளன. 1000 பள்ளிகள் திறக்கப்பட்டு 1300 ஆசிரியர்கள் பயிற்றுவிக்கப்பட்டுள்ளனர். ஆண்களும் பெண்களுமாகச் சேர்த்து 38,470 பேர் பள்ளிகளில் சேர்க்கப்பட்டுள்ளனர். 10 தங்கும் விடுதிகள் நடத்தப்படுகின்றன. கல்லூரிக் கல்விக்காகவும் வேறு சிறப்புக் கல்விக்காகவும் உதவித்தொகை வழங்கப்படுகிறது. தொழில் கல்வி, மோட்டார் வாகனம் ஓட்டுதல், வணிகவியல் தொடர்பான கல்வி போன்றவைகளுக்கும் கல்வி உதவித் தொகை வழங்கப்படுகிறது. பயிற்சியளிக்கும் ஆசிரியர்களுக்கும் சன்மானம் வழங்கப்படுகிறது. இம்மாணவ மாணவியர்களுக்குத் தேர்வுக்கட்டணம் செலுத்துவதிலிருந்து விதிவிலக்கு அளிக்கப்பட்டுள்ளது. 40 எழுத்தர்கள், 25 ஆய்வாளர்கள், 12 மேற்பார்வையாளர்கள் மற்றும் ஏவலர்கள் அடங்கிய ஒரு நிர்வாக அமைப்பு இம்மக்களின் முன்னேற்றத்திற்கென்றே அமைக்கப்பட்டது. இத்துறை ஆண்டொன்றுக்கு ரூ. 10 இலட்சம் செலவிடுகிறது. இதைத் தவிரப் பள்ளிக் கல்வி இயக்குநரின் நேரடிக் கட்டுப்பாட்டிற்குள் வரும் பள்ளிகள் தவிர அரசு, நகர்மன்றக்

குழு, உள்ளாட்சி மன்றக்குழு, பஞ்சாயத்துக்களின் கீழ் 9758 உதவிபெறும் பள்ளிகளும் அரசுமானியம் பெறாத பள்ளிகளும் இருக்கின்றன. இவற்றில் 2,62,790 மாணாக்கர் பயிலுகின்றனர். பொதுப்பணத்திலிருந்து இதற்கு ஆகும் செலவு ரூ. 20,06,602 ஆகும். பள்ளிக் கட்டணம் மூலம் ரூ. 15,035ம் வேறு வழியில் ரூ. 28,62,935 வருமானம் வந்துள்ளது.

பத்திரப் பதிவுத் துறை, கூட்டுறவு சங்கங்கள் அரசின் வேறு பல துறைகளும் தங்களது நேரத்தையும் கவனத்தையும் தாழ்த்தப்பட்ட மக்களின் முன்னேற்றத்திற்காகச் செலவழிக்கின்றன. தீண்டாதாரின் முன்னேற்றத்திற்காகச் சென்னை மாநில அரசு ஆண்டொன்றுக்கு சுமார் ரூ. 40 இலட்சம் செலவு செய்கிறது. இவ்வகுப்பு மக்களுக்குத் தேவையான வசதிகளைச் செய்து கொடுக்கத்தக்க அளவில் சட்டங்கள் திருத்தப்படுகின்றன. தாழ்த்தப்பட்ட மக்களின் நிலையை உயர்த்துவதற்குரிய நடவடிக்கைகளைக் கண்காணிக்கும் பொறுப்பு மாவட்ட ஆட்சித் தலைவர்களிடம் ஒப்படைக்கப்பட்டுள்ளது. இன்றைய வைஸ்ராயின் ஆணைப்படி மாவட்ட ஆட்சியர் எங்கு சென்று தற்காலிகமாகத் தங்கியிருந்தாலும் அவ்விடத்தில் மேல் சாதி இந்துக்களின் அடக்குமுறைகள் கொடுமைகள் பறையர்களை அண்டாத வண்ணம் பாதுகாப்பதற்குரிய அனைத்து வசதிகளும் மாவட்ட ஆட்சியருக்கு இருக்க வேண்டும்.

(காந்தியின் *ஹரிஜன்* இதழிலிருந்து
தமிழாக்கம் செய்தவர் வே. அலெக்ஸ்)

2

ஆலயப்பிரவேசம்

ஆதிதிராவிடர்களுக்கு அறிவிப்பு.

இதில் ஆதிதிராவிடர்கள் என்பது *(Scheduled Castes)* செடூல் காஸ்ட்கள் என்னும் 86 வகுப்புகளையும் சேர்த்துக் குறிக்கிறது.

ஆரியர் என்போர் நமது தேசத்தில் குடியேறி ஜாதி அனாச்சாரத்தைப் பரவச்செய்தபோது நமது ஆதி திராவிட முன்னோர்கள் அதைத் தடுத்து எதிர்த்தபோது அவர்களின் சொத்து, சுதந்திரங்கள், ஆலயங்கள், நிலபுலங்கள் முதலியவைகளைக் கைப்பற்றிக்கொண்டு அன்னியராகப் பாவித்து அடித்து நகரங்களுக்கப்பால் காட்டில் துரத்தினதுமல்லாமல் தீண்டப்படாதவர்கள் என நசித்து நாசப்படுத்தினார்கள். அதுமுதல் பல ஆயிர வருடங்களாகப் பரிதவித்துப் பாடுபட்டுகொண்டிருக்குங் காலத்தில் ஆங்கிலேயர் இந்திய தேசத்தை நாடிவந்து நிலைத்து, அரசாள ஆரம்பித்த முதல் ஆதிதிராவிட ஜன பல சமூகத்தவர்கள் சென்ற நூற்றைம்பது வருடங்களாக ஜாதி இந்துக்கள் செய்துவரும் கடும் கொடுமையினின்று நாளுக்கு நாள் மீண்டுகொண்டு வருகின்றார்கள்.

இந்தியர்கள் தங்கள் தேசத்தைத் தாங்களே ஆண்டுகொள்ளச் சில நிபந்தனைகளையேற்படுத்தி அரசியலை நடத்தும்படி ஆங்கிலேய கவர்ன்மெண்டார் அனுக்கிரகம் செய்திருக்கின்றார்கள். என்றாலும் ஜாதி அனாச்சாரம் தேசத்தில் இருந்தே வருகின்றது. ஆதிதிராவிடரைத் தீண்டாதார் என்று இன்னமும் ஜாதி இந்துக்கள் இம்சித்து வருகின்றார்கள் என்றாலும், ஆங்கிலேயர் அனுக்கிரகத்தால் ஆதி திராவிடர்கள் முன்னேற்றத்திற்கு வந்து, ஜாதி அனாச்சாரத்திலீடுபடாமல் தங்களது பெரியதோர் ஜன சமூகத்தை நிலைநாட்டி ஜாதி இந்துக்களுக்குச் சமமாக தங்களுக்குக் கிடைக்க வேண்டிய உரிமைகளைப் பெற வாதாடி, நாளுக்கு நாள் சித்திபெற்று வருகின்றார்கள்... நடைபாதை, ஜலவசதி,

தங்குமிடம் கிராமங்களிலிருந்து நகரம் வரையிலுள்ள எல்லா நீதித் தலங்களிலும் உள்பிரவேசிப்பது முதலான உரிமைகளை ஜாதி இந்துக்கள் எம்மட்டும் அனுபோகிக்கின்றார்களோ அம்மட்டும் ஆதிதிராவிடர்களும் வித்தியாசமின்றி அனுபவிக்கவும், அப்படி அனுபவிப்பதைத் தடுப்பவர்களை தண்டனைக்குட்படுத்தும் சட்டம் ஏற்படுத்தியும், ஜாதி இந்துக்கள் பிள்ளைகள் வாசிக்கும் கீழ்த்தர உயர்தர பள்ளிக்கூடங்களில் சேர்ந்து வாசிக்கவும், கவர்ன்மெண்டார் ஏற்படுத்தி வரும் கீழ்த்தர உயர்தர உத்தியோகங்களில் சில பாகங்களை அடைந்து ஜீவிக்கவும், பஞ்சாயத்து கோர்ட்டுகள் பெஞ்ச்கோர்ட்டுகள், பஞ்சாயத்துகள், லோகல் போர்ட்கள், முனிசிபாலிட்டிகள் என்னும் தாபனங்களில் இவர்கள் சம ஆசனங்கொண்டு வாதிக்க தானங்களும் அன்றியும், மேயர்களாகவும் மந்திரிகளாகவும், வட்டமேஜை மகாநாட்டில் பிரதிகளாகவும் தோன்றிப் பிரகாசிக்கும் நிலைக்கு வந்திருக்கின்றார்கள். இந்த மனோக்கியமும் சௌக்கியமும் இனிமையும், இரம்மியமும் இவர்களுக்கெப்படி வந்ததென்பதைப் பின்னுமோர் பத்திரிக்கையில் விளக்கிக் காட்டுவோம்.

ஆதிதிராவிடர்கள் அடைந்துவரும் அபிவிருத்தியைக்கண்ட இந்துக்கள் தங்கள் வர்ணாசிரம அதர்மத்துக்குள் இவர்களையும் இழுத்துச் சேர்த்து, ஐந்தாம் வருணத்தவராக அமைத்து, அடக்கியாள ஆதிதிராவிடர்கள் சமூகத்தை அழித்து அவர்களும் ஜாதி இந்து சமூகத்தைச் சேர்ந்தவர்களென ஜாதி இந்துக்கள் தங்களைப் பலப்படுத்திக்கொள்ள வேண்டுமென்னும் கருத்தோடு ஆலயப்பிரவேசமென்னும் கபடமான இயக்கத்தைக் கொண்டு வந்திருக்கின்றார்களென்றே சொல்லலாம்.

இந்துக்கோயில்களைத் திறந்துவிட ஆதிதிராவிடர்கள் வற்புறுத்தியது கிடையாது. திறந்துவிட்டால் இஷ்டமானவர்களே பிரவேசிக்கலாம்.

இப்போதும் ஆதிதிராவிடர்களுக்குக் கோயில்கள் இல்லாமலில்லை. அநேக ஆயிரங் கோயில்களை ஆதிதிராவிடர்கள் நிர்வகித்து வருகிறார்கள்.

சென்ற ஆகஸ்ட் மாதம் 17 தேதியன்று சென்னை சட்டசபையில் ஆலயப் பிரவேசத்திற்காக ஒரு மசோதா கொண்டுவரப்பட்டது. அதில் கோயில் தர்மகர்த்தாக்கள் சில நிபந்தனைகளோடு ஆதிதிராவிடரைக் கோயில்களுக்குப் பிரவேசிக்கவிடலாம் எனக் கண்டிருந்தபோதிலும், மேல்படி சட்டசபையார் அதை நிராகரித்துத் தள்ளிவிட்டார்கள். அதனால் ஆதிதிராவிடர்களுக்கு அவமானம் ஏற்பட்டதுமல்லாமல் இதர ஜாதியார் ஏளனம் செய்யவும் இடந்தந்தது.

30 ஆதிதிராவிடப் பிரதிநிதிகளில் 28 பெயர்கள் பிரவேசம் வேண்டாமென வோட்டு கொடுத்தார்கள். அதனால் இரு கக்ஷியாருக்கும் சம்மதமில்லை என ருஜூ செய்யப்பட்டது.

பின்னும் பிரிட்டிஷ் மலையாளத்தில் ஆதிதிராவிடர்கள் ஆலயப் பிரவேசம் செய்ய மற்றுமொரு மசோதாவை கவர்ன்மெண்டார் சட்டசபைக்கு கொண்டுவர வெளி பிரஸ்தாபித்திருக்கின்றார்கள். அதில் கண்டிருப்பதாவது: எந்தெந்த ஆலயத்திற்கு வருடமொன்றுக்கு ரூ. 5,000க்கு மேல்படி வரவு இருக்கின்றதோ அந்தந்த ஆலயமிருக்கும் முனிசிபாலிடிக்கோ, லோகல் போர்டுக்கோ, பஞ்சாயத்துக்கோ ஓட்டர்களாக இருக்கும் ஜாதி இந்துக்கள் 50 பேருக்குக் குறையாமல் விலக்கப்பட்ட ஜாதியாரைக் கோயிலுக்குள் பிரவேசிக்கவிட வேண்டுமெனக் கோயில் தர்மகர்த்தாக்களுக்கு மனுசெய்துகொண்டால் அவர்கள் தங்கள் தாலுக்காவுக்குள் இருக்கும் ஜாதி இந்து ஓட்டர்கள் எல்லாரையும் கூட்டமாகக் கூட்டி விலக்கப்பட்ட ஜாதியார்களை கோயிலுக்குள் விடலாமா? விடக் கூடாதா? என்பதைப் பற்றித் தீர்மானம் அந்த ஓட்டர்களைக்கொண்டு செய்யவேண்டுமென்பதே.

இங்கே "விலக்கப்பட்ட ஜாதியார்" என்னும் நவீன இழிவான பெயரைச் சுட்டிக் காண்பித்து இருப்பதைக் காண்க.

ஓட்டு எடுக்கும் சமயத்தில் ஜாதி இந்துக்கள் இரு கட்சிக்காரராகப் பிரிந்துகொண்டு கலகத்துக்குள்ளாக்குவார்கள். பகையும் வெறுப்பும் வெகுநாள் வரையிலும் நீடித்து நிற்கும். விலக்கப்பட்ட ஜாதியாரையும் கலகத்துக்குள்ளாக்குவார்கள். விலக்கப்பட்ட ஜாதியார் கோயிலுக்குப் பிரவேசிப்பார்களே யானால் இந்துக்களுக்குள்ள நாலு ஜாதிகளில் ஒன்றிலேனும் சேர்க்காமல், விலக்கப்பட்ட ஐந்தாவது ஜாதியாராக இருக்கச் செய்வார்கள். இந்தக் கபட இயக்கத்தில் ஆதிதிராவிடர்கள் சேர்வார்களேயானால் தீண்டாமை ஒழிந்தது என்று ஜாதி இந்துக்கள் தேசம் பிரதேசமெங்கும் புகார் செய்வார்கள். தனிப்பட்ட சமூகத்தாராகவிருந்து இம்மட்டும் பல பாடுகள்பட்டுத் தாங்கள் சேகரித்த உரிமைகளை ஆதி திராவிடர்கள் நாளடைவில் இழந்துவிடுவார்கள். ஜாக்கிரதை! ஜாக்கிரதை! இப்படி இருக்க விலக்கப்பட்ட ஜாதியார் ஆலயப் பிரவேசம் செய்ய ஓட்டு எடுப்பது என்பது அவர்களுக்கு அதிகத் தாழ்வையும், அவமானத்தையும், குறைவையும் இழிவையும் உண்டாக்கும். அது எப்படி என்றால்: ஒரு கள்ளுக்கடைக்கு முன்பாக ஜனங்களைக் கூட்டி, மகமதியர்களையோ, கிறிஸ்தவர்களையோ, பிராமணர்களையோ, கனந்தங்கிய மந்திரிகளையோ

அக்கடைக்குள் பிரவேசிக்க விடலாமா? அல்லது விடக் கூடாதா? என்று ஓட்டு எடுத்தால் அவரவர்கள் மனம் பதைக்காதா? அவர்களுக்கு அவமானமும் தாழ்வும் இழிவும் ஏற்படாதா? அவர்கள் இதை சகித்துக்கொண்டிருப்பார்களா, ஆங்கில இந்தியர்கள், மகமதியர்கள், கிறிஸ்தவர்கள் இருப்பதுபோல ஆதி திராவிடர்களும் ஒரு தனி சமூகமாக இருப்பது மிக நன்மையாகவும் வேண்டிய உரிமைகளைத் தருவதாகவுமிருக்கும். ஆதிதிராவிடர்கள் ஒரு ஆலயத்திற்குள் பிரவேசிக்கலாம் என்று திட்டமேற்பட்டுவிட்டால், சேலத்தில் எப்படி லாகிரி உபயோகிக்கக் கூடாதென்றபோது உபயோகித்தவனுக்குத் தண்டனை ஆறுமாதமும், கட்டாயம் இந்தி படிக்க வேண்டுமென்றபோது அதை எதிர்த்துப் போராடினவனுக்கு தண்டனை ஆறுமாதமும் என்பது போல, ஆலயத்திற்குள் பிரவேசிக்கலாமென்னும் சட்டம் வந்துவிட்டால் பிரவேசிக்காத ஆதிதிராவிடனுக்கு ஆறு மாதம் தண்டிக்க ஒரு சட்டம் ஏற்பட்டாலும் ஏற்படும். ஏன் இப்படி தண்டிக்க வேண்டும் என்று கேட்டால் ஆதிதிராவிடர்கள் மோக்ஷகதியடைவதற்கு வேண்டிய வசதிகளை ஏற்படுத்தியும் அவர்கள் அதை நிராகரித்ததற்காகத் தண்டிக்கப்படுகின்றார்கள் என்பார்கள். இத்தகைய ஆலயப் பிரவேசம் வேண்டியதே இல்லை. சேலத்தில் லாகிரி வஸ்து உபயோகிக்கப்படாது, பள்ளிக்கூடங்களில் கட்டாயம் இந்தி வாசிக்க வேண்டும் என்று கட்டாயச் சட்டம் ஏற்படுத்தியதுபோல ஆலயப்பிரவேசத்துக்கு ஏன் கட்டாயச் சட்டம் ஏற்படுத்தக் கூடாது. இதற்கு மாத்திரம் ஓட்டு எடுக்க வேண்டுமா?

ஆதிதிராவிடர்களிடமிருந்து அபகரித்துக்கொண்ட ஆயிரக்கணக்கான ஆலயங்களுக்குள் அவரவர்கள் விரும்பிக் குறித்தக் கோரிய இரண்டொரு ஆலயங்களுக்குள் பிரவேசிக்கும் ஆதிதிராவிட பக்தர்களைத் தடுக்கும் மாபாவிகளை எதிர்த்து வாதாடாமல் அலட்சித்துப் பொருட்படுத்தாது தூரமாக இருந்து தங்கள் பக்தியை தெய்வத்தினிடத்தே செலுத்தினால் தெய்வமும் இவர்களிடத்து அன்புகொண்டு கோரியதை அனுக்கிரகிக்கப்பெற்று மாசிலா மனதுடன் சந்தோஷமாய் வீடு திரும்புவது ஆதிதிராவிடர்களின் பெரும் பாக்கியமாகும். ஜாதி இந்துக்கள் தங்கள் வசப்படுத்திக்கொண்டிருக்கும் ஆலயங்களுக்குள் பிரவேசிக்க வேண்டுமானால் திருவாங்கூர் மகாராஜா ஆலயப் பிரவேசம் செய்துவைத்தது போல் செய்யவேண்டும் இந்த மசோதாவை எதிர்மறுக்க கூட்டமாய் கூடுகிற ஆதிதிராவிடர்கள் யாதொரு கலகத்துக்கும் இடங்கொடாமலும் மிக அமரிக்கையாகவும், தூஷணை வார்த்தைகளை உபயோகிக்காமலும், ஆட்களைச் சுட்டித்

தூஷிக்காமலும் கூட்டத்தின் தீர்மானத்தைக் கொண்டு நடத்துவார்கள் என்று நம்புகிறோம்.

திருவனந்தபுரம் ஆலயப்பிரவேசம்

திருவனந்தபுரத்திலுள்ள எல்லா ஆலயங்களிலும் இந்து மதானுசாரிகளாக இருக்கும் எல்லா ஜாதியாரும் பேதாபேதமின்றிப் பிரவேசிக்கலாம் என்று மகாராஜா ஆச்சியாபித்தபடி சில வருடங்களாக யாதொரு குழப்பமின்றி ஆதிதிராவிடர்கள் பூஜித்து ஆனந்த சந்தோஷம் அடைகின்றார்கள். அங்கே ஓட்டு போட்டதும் கிடையாது. யாரும் கொட்டுப்பட்டதும் கிடையாது. திருவாங்கூர் மகாராஜா ஓர் ராஜ ரிஷியாக வந்த அவதார புருஷர். அவரை ஈன்றெடுத்த அன்னையார் பெரும் பக்தி நிறைந்த ராஜ பத்தினி. ஆதி திராவிடர்கள் இவர்களை என்றைக்கும் மறவாது போற்றி வணங்க வேண்டும். தீண்டாதார்மீது கருணை கூர்ந்த இப்புண்ணிய புருஷனை என்றும் நினைத்துக் கொண்டாடும் பொருட்டு அவர் உருவம் கொண்ட ஒரு சிலையை சென்னையில் நாட்ட வேண்டுமென்று சில பெரியோர் பிரயத்தனப்பட்டிருக்கிறார்கள். அதை ஐகோர்ட்டுக்கு அடுத்த மைதானத்தில் கூடிய சீக்கிரத்தில் நாட்டுவார்கள். அதைக்காணும் ஆதி திராவிடர்கள் ஆனந்த சந்தோஷங்கொண்டு பலர் மாலைகள் குட்டிக் கொண்டாட வேண்டியதவசியம். சுபம்! சுபம்!

திவான் பகதூர் இரட்டைமலை ஸ்ரீநிவாசன் M.L.C.
89. லாயிட்ஸ் ரோடு, கத்திடிரல் போஸ்ட், சென்னை
7.9.1938

3

தாழ்த்தப்பட்ட வகுப்பினருக்கான அரசியல் காப்பு உரிமைகள்

டாக்டர் பீம்ராவ் ஆர். அம்பேத்கரும் ராவ்பகதூர் இரட்டைமலை ஆர். சீனிவாசனும் வட்டமேசை மாநாட்டுக்குச் சமர்ப்பித்த தனிப் பிரதிநிதித்துவத்துக்கான தாழ்த்தப்பட்ட வகுப்பினரின் கோரிக்கைகள் தொடர்பான கூடுதல் குறிப்பு.

தன்னாட்சி பெற்ற இந்தியாவுக்கான அரசமைப்பில் தாழ்த்தப்பட்ட வகுப்பினரின் பாதுகாப்புக்கான அரசியல் காப்புக்கூறுகள் என்னும் பிரச்சினை தொடர்பாகச் சென்ற ஆண்டு எங்களால் சமர்ப்பிக்கப்பட்ட குறிப்பில் – சிறுபான்மையினர் உட்குழுவின் நடவடிக்கைக் குறிப்புகளின் அச்சிட்ட நூலிற்கான இணைப்பு III ஆக அமைந்தருக்கிற அந்தக் குறிப்பில் – தாழ்த்தப்பட்ட அந்த வகுப்பினரின் தனிப் பிரதநிதித்துவம் இத்தகைய காப்புக்கூறுகளில் ஒன்றாக அமைந்திருக்க வேண்டும் எனக் கோரினோம். ஆனால், அப்போது நாங்கள் அவர்களுக்கு அவசியம் என்று சொல்லிக் கோரிய தனிப் பிரதிநிதித்துவத்தின் விவரங்களை வரையறுத்துச் சொல்லவில்லை. சிறுபான்மையினர் உட்குழு நடவடிக்கைகள் இந்த பிரச்சினையை வந்தடைவதற்கு முன்னதாகவே முடித்துவிட்டன என்பதே அதற்கு காரணம். சிறுபான்மையினர் உட்குழு இந்த ஆண்டில் இந்தப் பிரச்சினை குறித்துப் பரிசீலிக்க வருமானால் அதற்கு முன்னதாக அவசியமான விவரங்கள் அதனிடம் இருக்க வேண்டும் என்பதால் இந்தக் கூடுதல் குறிப்பின் மூலம் விடுபாட்டைச் சரிசெய்ய இப்போது முன்முனைகிறோம்.

(1) தனிப் பிரதிநிதித்துவத்தின் அளவு

அ. மாகாணச் சட்டமன்றங்களில் தனிப் பிரதிநிதித்துவம்.

(i) வங்காளத்திலும் மைய மாகாணங்களிலும் அசாமிலும் பீகாரிலும் ஒரிசாவிலும் ஐக்கிய மாகாணங்களிலும்

தாழ்த்தப்பட்ட வகுப்பினர், சைமன் கமிஷன் இந்திய மையக் குழுவும் மதிப்பீடுசெய்தபடியான அவர்களது மக்கள் தொகைக்கேற்பப் பிரதிநிதித்துவம் பெறுவார்கள்.

(ii) சென்னை மாகாணத்தில் தாழ்த்தப்பட்ட வகுப்பினர் இருபத்திரண்டு சதம் பிரதிநிதித்துவம் பெறுவார்கள்.

(iii) பம்பாய் மாகாணத்தில்:

(அ) சிந்து மாகாணம் தொடர்ந்து பம்பாய் மாகாணத்தின் ஒரு பகுதியாக இருக்குமானால் தாழ்த்தப்பட்ட வகுப்பினர் 16.0 சதவீத பிரதிநிதித்துவம் பெறுவார்கள்;

(ஆ) பம்பாய் மாநிலத்திலிருந்து சிந்து பிரிக்கப்பட்டு விடுமானால் தாழ்த்தப்பட்ட வகுப்பினர் அந்த மாநிலத்தைச் சேர்ந்த முஸ்லிம்கள் அனுபவிக்கும் அதே அளவு பிரதிநிதித் துவத்தை அனுபவிப்பார்கள்; இந்த இரு பிரிவினரும் மக்கள் தொகையில் சமமாய் உள்ளனர்.

(இ) கூட்டுப் பேராட்சி சட்டமன்றத்தில் தனிப் பிரதிநிதித்துவம்.

கூட்டுப் பேராட்சி சட்டமன்றத்தின் இரு அவைகளிலும் தாழ்த்தப்பட்ட வகுப்பினர் இந்தியாவில் அவர்களுக்குள்ள மக்கள் தொகைக்கு ஏற்ற விகிதத்தில் பிரதிநிதித்துவம் பெறுவார்கள்.

இட ஒதுக்கீடுகள்

சட்டமன்றங்களில் இந்தப் பிரதிநிதித்துவ விகிதத்தை நாங்கள் பின்வரும் அனுமானங்களின் பேரில் நிர்ணயம் செய்துள்ளோம்:

1. சைமன் கமிஷன் அளித்துள்ள தாழ்த்தப்பட்ட வகுப்பினர் மக்கள் தொகைக்கான புள்ளி விவரங்களும் (தொகுதி ஒ, பக்கம் 40) இந்திய மையக் குழு (அறிக்கை பக்கம் 44) அளித்துள்ள விவரங்களும் போதிய இடங்களைப் பகிர்வுசெய்வதற்கான அடிப்படையாவதற்குப் போதிய அளவுக்குச் சரியானவை என்று ஏற்றுக்கொள்ளத் தகும் என நாங்கள் கருதியுள்ளோம்.

2. கூட்டுப் பேராட்சி சட்டமன்றமானது இந்தியா முழுவதற்குமானதாய் இருக்கும் என நாங்கள் அனுமானம் செய்துள்ளோம்; அப்படியிருக்கையில் இந்திய சமஸ்தானங்களிலும் மையத்திலிருந்து நிர்வக்கப்படும் பகுதிகளிலும் விலக்குப்பெற்ற ஆட்சிப் பொறுப்புகளிலும் தாழ்த்தப்பட்ட வகுப்பினரின் மக்கள்தொகையானது, ஆளுநரின் மாகாணங்களிலிருந்து அவர்களின் மக்கள் தொகையன்னியில், கூட்டுப் பேராட்சி சட்டமன்றத்தில்

தாழ்த்தப்பட்டவர்களின் பிரதிநிதித்துவ அளவைக் கணக்கிடுவதிலும் ஒரு கூடுதல் கூறாக அமைவது மிகவும் சரியானது ஆகும்.

3. பிரித்தானிய இந்தியாவின் மாநிலங்களைச் சேர்ந்த நிர்வாகப் பரப்புகள் இப்போதுள்ளவாறே தொடர்ந்து இருந்து வரும்.

ஆனால், மக்கள் தொகைப் புள்ளி விவரங்கள் தொடர்பான அனுமானங்கள் குறித்து எதிர்ப்புத் தெரிவிக்கப்படுமானால் அக்கறையுள்ள சில தரப்பார் இப்படி எதிர்ப்பு தெரிவிப்பதாக மிரட்டுகிறார்கள், ஒரு புதிய மக்கள்தொகைக் கணிப்பில் தாழ்த்தப்பட்ட வகுப்பினர் இன்னும் குறைந்த விகிதத்தில் இருப்பதாகக் காட்டப்படுமானால், அல்லது மாகாணங்களின் நிர்வாகப் பரப்புகள் மாற்றப்பட்டு, இதன் விளைவாக இப்போதிருக்கும் மக்கள்தொகைப் பரவல் குலைவுறுமானால், தாழ்த்தப்பட்ட வகுப்பினர் தங்களது பிரதிநிதித்துவ விகிதத்தைத் திருத்திகொள்வதற்கும், ஏன் தங்களுக்கு முக்கியத்துவம் வேண்டும் எனக் கேட்பதற்கும் கூடத் தங்களுக்குள்ள உரிமையை வைத்துக்கொள்கிறார்கள். இதே போல், அனைத்திந்தியக் கூட்டுப் பேராட்சி உருவாகாவிட்டால், கூட்டுப் பேராட்சி சட்டமன்றத்தில் அந்த அடிப்படையில் கணக்கிடப்பட்ட அவர்களின் பிரதிநிதித்துவ விகிதத்தில் மாற்றம் செய்வதற்கு உட்படவும் அவர்கள் தயாராய் இருப்பார்கள்.

(2) பிரதிநிதித்துவ முறை

1. தாழ்த்தப்பட்ட வகுப்பினருக்குத் தங்கள் வாக்காளர்களைக் கொண்ட தனித் தேர்தல் தொகுதிகள் மூலம் மாகாண, மையச் சட்டமன்றங்களுக்குத் தங்கள் பிரதிநிதிகளைத் தேர்ந்தெடுக்கும் உரிமை இருக்கும்.

கூட்டுப் பேராட்சி அல்லது மையச் சட்டமன்றத்தின் மேலவையில் அவர்கள் பிரதிநிதித்துவம் பெறுவதற்கு, மாகாணச் சட்டமன்றங்களின் உறுப்பினர்கள் மூலம் சுழற்சி முறையில் அவர்கள் தேர்ந்தெடுக்கப்பட்ட முடிவு செய்யப்படுமானால், தாழ்த்தப்பட்ட வகுப்பினர் மேலவைக்கான தங்கள் பிரதிநிதித்துவத்தைப் பொறுத்தவரை பின்வருவதற்கு உட்பட்டுத் தனித் தேர்தல் தொகுதிகளுக்கான தங்களது உரிமையைக் கைவிட ஒப்புக்கொள்வார்கள்: அதாவது எந்தவொரு விகிதாசாரப் பிரதிநிதித்துவ ஏற்பாட்டிலும் அவர்களது இடங்களது

பங்களவை அவர்களுக்கு உறுதி செய்வதற்கான ஏற்பாடு செய்யப்பட வேண்டும்.

2. தாழ்த்தப்பட்ட வகுப்பினருக்கான தனித்தேர்தல் தொகுதிகள் என்பவை கூட்டுத் தேர்தல் தொகுதிகளும் ஒதுக்கீடு இடங்களுமான ஏற்பாட்டினால் மாற்றீடு செய்யப்படுவதற்கு உரியதாய் இருக்காது; அப்படி மாற்றீடு செய்யப்படுமானால் பின்வரும் நிபந்தனைகள் நிறைவுசெய்யப்பட வேண்டும்:

(அ) சம்மந்தப்பட்ட சட்டமன்றங்களில் தாழ்த்தப்பட்ட வகுப்பினருக்குள்ள பிரதிநிதிகளில் பெரும்பான்மை யினர் கோரிக்கை விடுத்தால் வாக்காளர்களின் கருத்தறியும் வாக்கெடுப்பு ஒன்று நடைபெற வேண்டும்; வாக்குரிமை பெற்ற தாழ்த்தப்பட்ட வகுப்பினரில் அறுதிப் பெரும்பான்மை என்ற அடிப்படையில் வாக்கெடுப்பின் முடிவு அமைதல் வேண்டும்.

(ஆ) இருபதாண்டு கழியும் வரையிலும், அனைவருக்குமான வயது வந்தோர் வாக்குரிமையை நிலைநாட்டப்படும் வரையிலும் இத்தகைய வாக்கெடுப்பு எதுவும் நடத்தப்படக் கூடாது.

3. தாழ்த்தப்பட்ட வகுப்பினர் என்பதற்குத் தேவையான விளக்கம்

கடந்த காலத்தில் தாழ்த்தப்பட்ட வகுப்பினர் அல்லாதவர்கள் மாகாணச் சட்டமன்றங்களில் அவ்வகுப்புகளுக்குப் பிரதிநிதிகளாக நியமிக்கப்பட்டார்கள் என்பதாலும், தாழ்த்தப்பட்ட வகுப்பினர் அல்லாதவர்கள் தாழ்த்தப்பட்ட வகுப்பினரின் பிரதிநிதிகளாக நியமனம் பெற்ற நிகழ்வுகளும் இடம்பெற்றன என்பதாலும், தாழ்த்தப்பட்ட வகுப்பினரின் பிரதிநிதித்துவம் கடந்த காலத்தில் படுமோசமான விதத்தில் தவறாகப் பயன்படுத்தப்பட்டுள்ளது. இந்த அவப்பிரயோகத்திற்குக் காரணம் என்னவென்றால், தாழ்த்தப்பட்ட வகுப்பினரின் பிரதிநிதிகளாக ஆட்களை நியமிக்கும் அதிகாரம் ஆளுநருக்குத் தரப்பட்டிருந்த போதிலும், அவர் தாழ்த்தப்பட்ட வகுப்புகளைச் சேர்ந்தவர்களை மட்டுமே அவ்வாறு நியமிக்க வேண்டும் என்ற கட்டாயம் இல்லை. புதிய அரசமைப்பின்படி நியமனத்துக்குப் பதில் தேர்தல் நடத்தியாக வேண்டும் என்பதால், இந்த அவப்பிரயோகத்துக்கு இடமிருக்காது. ஆனால், அவர்களுக்குத் தனிப்பிரதிநிதித்துவம் வழங்கும் நோக்கத்தை முறியடிப்பதற்கு எவ்வித ஓட்டையும் இருக்கக்

கூடாது என்பதற்காக நாங்கள் பின்வரும் கோரிக்கைகளை முன்வைக்கிறோம்:

(i) தாழ்த்தப்பட்ட வகுப்பினருக்குத் தங்களுக்கென்று தனித் தேர்தல் தொகுதிகளுக்கான உரிமை மட்டுமல்லாமல் தங்களவர்களே தங்களுக்குப் பிரதிநிதிகளாக இருப்பதற்கான உரிமையும் இருக்கும்.

(ii) ஒவ்வொரு மாகாணத்திலும் தாழ்த்தப்பட்ட வகுப்பினர் என்ற சொல்லுக்குக் கண்டிப்பாக இலக்கணம் வகுக்கப்படும்; இந்தச் சொல் ஆங்காங்கு நிலவும்படியான தீண்டாமை அமைப்புக்கு ஆறான வகுப்புகளைச் சேர்ந்தவர்களைக் குறிப்பதாய் இருக்கும்; தேர்தல் நோக்கங்களுக்கெனத் தயாரிக்கப்படும் அட்டவணையில் அவ்வகுப்புகளின் பெயர்கள் பட்டியிலிடப்படும்.

4. பெயர்

பிரச்சினையின் இந்கப் பகுதியைப் பரிசீலிக்கையில், தாழ்த்தப்பட்ட வகுப்பினருக்கு இப்போது சூட்டப்பட்டுள்ள பெயருக்கு, இது பற்றி யோசித்துப்பார்த்துள்ள தாழ்த்தப்பட்ட வகுப்பினரும் அவர்களிடம் அக்கறை காட்டும் வெளியாட்களும் எதிர்ப்புத் தெரிவித்திருப்பதைச் சுட்டிக்காட்ட விரும்புகிறேன். இது இழிவுப்படுத்துவதாகவும் அவமதிப்பகாகவும் உள்ளது; புதிய அரசமைப்பு வகுப்பதற்கான இந்தச் சந்தர்ப்பத்தைப் பயன்படுத்தி, அதிகாரபூர்வ நோக்கங்களுக்கு இப்போது நடப்பிலுள்ள பெயரை மாற்றலாம். “தாழ்த்தப்பட்ட வகுப்புகள்” என்பதற்குப் பதில் அவர்களை “சாதியற்ற இந்துக்கள்,” “புராட்டஸ்டென்ட் இந்துக்கள்”, அல்லது “ஒத்துவராத இந்துக்கள்” என்றோ அல்லது இப்படி ஏதாவது ஒரு பெயரிட்டோ அழைக்கலாம் என நாம் நினைக்கிறோம். குறிப்பிட்ட எந்தப் பெயருக்காகவும் வலியுறுத்தி வாதிடுவதற்கு எங்களுக்கு அதிகாரமில்லை. நாங்கள் அவற்றுக்கு ஆலோசனை கூறலாம். முறையாக விளக்கமளிக்கப் படுமானால் தாழ்த்தப்பட்ட வகுப்பினர் தங்களுக்கு மிகப் பொருத்தமான பெயரை ஏற்றுக்கொள்ளத் தயங்க மாட்டார்கள் என நம்புகிறோம்.

இந்தக் குறிப்பிலடங்கிய கோரிக்கைகளுக்கு ஆதரவு தெரிவித்து இந்தியா எங்கிலும் தாழ்த்தப்பட்ட மக்களிடமிருந்து எங்களுக்கு ஏராளமான தந்திகள் வந்துள்ளன.

1931 நவம்பர் 4

4

சிறுபான்மையினர் ஒப்பந்தம்

வகுப்பு நலச் சிக்கலுக்குத் தீர்வுகாண்பதற்கான வழிவகைகள் – முஸ்லீம்களும் தாழ்த்தப்பட்ட வகுப்பினரும், இந்தியக் கிறித்தவர்களும் ஆங்கிலோ – இந்தியர்களும் ஐரோப்பியர்களும் கூட்டாக முன்வைத்தது.

சிறுபான்மை வகுப்பினரின் உரிமைக் கோரிக்கைகள்

1. பொது வேலைவாய்ப்பு தொடர்பாகவோ, அதிகாரம் அல்லது கௌரவம் தரும் பதவி தொடர்பாகவோ அல்லது குடியியல் உரிமைகளை அனுபவிப்பது தொடர்பாகவோ ஏதேனுமொரு தொழில் அல்லது பணிபுரிவது தொடர்பாகவோ எந்தவொருவருக்கு எதிராகவும் அவரது பிறப்பு, மதம், சாதி அல்லது சமயம் காரணமாய்ப் பாகுபாடு செய்யக் கூடாது.

2. எந்தவொரு வகுப்பினரையும் பாதிக்கும் பாகுபாட்டுச் சட்டங்களைச் சட்டமன்றம் இயற்றுவதற்கெதிராக பாதுகாப்பளிக்கும் நோக்குடன் அரசமைப்பில் சட்டப் படியான காப்புக்கூறுகள் சேர்க்கப்பட வேண்டும்.

3. முழுமையான மதச் சுதந்திரம், அதாவது நம்பிக்கைக்கும் வழிபடுதலுக்கும் கருத்தைப் பரப்புவதற்கும் சங்கங்களை அமைப்பதற்கும் கல்விக்குமான முழுச் சுதந்திரம் – பொது ஒழுங்கும் அறநெறியும் பேணப்படுவதற்கு உட்பட்டு எல்லா வகுப்புகளுக்கும் உறுதிசெய்யப்படும்.

எந்த ஒருவரும் சமய நம்பிக்கையை மாற்றிக்கொள்வதால் மட்டுமே குடியியல் உரிமையை அல்லது தனியுரிமை எதனையும் இழக்கமாட்டார்.

4. சொந்தச் செலவில் அறக்கொடை நிறுவனங்களையும் சமய சமூக நிறுவனங்களையும் பள்ளிகளையும் ஏனைய கல்வி

நிறுவனங்களையும் நிறுவவும் அவற்றை நிர்வகிப்பதும் மேலாண்மைசெய்யவும் அவற்றின்மீது கட்டுப்பாடு செலுத்தலுமான உரிமை; அங்கே அவர்களின் மதத்தைக் கடைப்பிடிப்பதற்கான உரிமையும் இதிலடங்கும்.

5. மதத்தையும் பண்பாட்டையும் தனி மனிதர் தொடர்பான சட்டத்தையும் பாதுகாப்பதற்கும் சிறுபான்மை வகுப்புகளின் கல்வி, மொழி, அறக்கொடை நிறுவனங்கள் ஆகியவற்றை வளர்ப்பதற்கும் அரசும் தன்னாட்சி அமைப்புகளும் வழங்கக்கூடிய மானிய உதவிகளில் உரிய பங்கை அவை பெறுவதற்கும் அரசமைப்பு போதிய காப்புக் கூறுகளைக் கொண்டிருக்கும்.

6. எல்லாக் குடிமக்களும் குடியியல் உரிமைகளை அனுபவிப்பது, முழு அளவில் அவற்றை அனுபவிக்கவிடாமல் தடுப்பதை நோக்கமாகக் கொண்ட செயல் அல்லது செய்யாமை எதையும் சட்டத்தினால் தண்டிக்கக்கூடிய குற்றமாக்குவதன் மூலம், உத்தரவாதம் செய்யப்படும்.

7. மைய அரசிலும் மாகாண அரசுகளிலும் அமைச்சரவைகள் அமைப்பதில், எவ்வளவு முடியுமோ அவ்வளவுக்கு முஸ்லிம் சமுதாயத்தைச் சேர்ந்தவர்களும், கணிசமான தொகையில் உள்ள ஏனைய சிறுபான்மையினரும் சேர்த்துக்கொள்ளப்படுவது ஒரு மரபாய் கொள்ளப்படும்.

8. மைய அரசிலும் மாகாண அரசுகளிலும் சிறுபான்மைச் சமுதாயங்களைப் பாதுகாப்பதற்கும் அவர்களது நலனை மேம்படுத்துவதற்கும் சட்டப்படியான துறைகள் இருக்கும்.

9. தற்போது நியமனத்தின் மூலமோ தேர்தலின் மூலமோ ஏதேனுமொரு சட்டமன்றத்தில் பிரதிநிதித்துவம் அனுபவித்து வரும் எல்லா வகுப்புகளும் தனித் தேர்தல் தொகுதிகள் மூலம் எல்லாச் சட்டமன்றங்களிலும் பிரதிநிதித்துவம் பெறும்; இந்தப் பிரதிநிதித்துவம் பின்னிணைப்பில் எடுத்துரைக்கப்பட்டுள்ள விகிதத்துக்குக் குறையாமல் சிறுபான்மையினருக்கு இருக்கும்; ஆனால், எந்தப் பெரும்பான்மையும் சிறுபான்மையாகவோ, ஏன், சம அளவாகவோ குறைக்கப்பட்டுவிடக் கூடாது. பத்தாண்டு கழிந்த பிறகு, பஞ்சாபிலும் வங்கத்திலும் இருக்கும் முஸ்லிம்களும், வேறு எந்த மாகாணங்களிலும் இருக்கக் கூடிய எந்தச் சிறுபான்மை வகுப்புகளும் கூட்டுத் தேர்தல் தொகுதிகளையோ இட ஒதுக்கீட்டுடன் கூடிய கூட்டுத் தேர்தல் தொகுதிகளையோ ஏற்றுக்கொள்ள உரிமை படைத்தவையாய் இருக்கும்; சம்மந்தப்பட்ட வகுப்பினரின்

ஒப்புதலோடு இது செய்யப்பட வேண்டும். இதே போல் பத்தாண்டு கழிந்த பிறகு, மையச் சட்டமன்றத்திலுள்ள எந்தச் சிறுபான்மையினரும் சம்மந்தப்பட்ட வகுப்பினரின் ஒப்புதலோடு இடஒதுக்கீட்டுடனோ இட ஒதுக்கீடு இல்லாமலோ கூட்டுத் தேர்தல் தொகுதிகளை ஏற்றுக்கொள்ள உரிமை இருக்கும்.

தாழ்த்தப்பட்ட வகுப்பினரைப் பொறுத்தவரை, தனித் தேர்தல் தொகுதிகளில் இருபதாண்டு அனுபவம் கிடைத்து முடியும் வரையிலும், அந்த வகுப்பினருக்கு நேரடியான வயது வந்தோர் வாக்குரிமை நிலைநாட்டப்படும் வரையிலும், கூட்டுத் தேர்தல் தொகுதிகளுக்கும் இட ஒதுக்கீட்டுக்கும் மாற்றம் செய்யப்படாது.

10. ஒவ்வொரு மாகாணத்திலும் மைய அரசு தொடர்பாகவும், அரசுப்பணித் தேர்வு ஆணையம் ஒன்று நியமிக்கப்படும்; தலைமை ஆளுநராலும் ஆளுநர்களாலும் நியமனத்தின் மூலம் நிரப்பப்படுவதற்கென்று ஒதுக்கீடு செய்யப்படக்கூடிய விகிதமேதும் இருக்குமானால் அந்த விகிதப்பங்கு தவிர, அரசுப் பணிகளுக்கான ஆள்சேர்ப்பானது இந்த ஆணையத்தின் மூலமாகவே நடைபெற வேண்டும்; அவசியமான தகுதிகளைப் பெற்றிருப்பதையும் செயல்திறனையும் கருத்தில் கொண்டு அதற்கு இணக்கமான விதத்தில் பல்வேறு வகுப்புகளுக்கும் நியாயமான பிரதிநிதித்துவம் கிடைக்கக்கூடிய விதத்தில் இந்த ஆள்சேர்ப்பு நடைபெற வேண்டும். இந்தக் கோட்பாட்டைச் செயல்படுத்தவும் அதற்காக அரசுப் பணிகளின் இயைபை அவ்வப்போது காலவட்ட முறையில் திறனாய்வு செய்யவும் கவர்னர் ஜெனரல் ஆளுநர்களுக்கும் கட்டளை மடலில் கட்டளை இடப்படும்; ஆள்சேர்ப்பு தொடர்பான கட்டளை மடலில் இந்தக் கட்டளைகள் சேர்க்கப்படும்.

11. எந்த ஒரு சட்டமன்றத்திலும் குறிப்பிட்ட ஒரு வகுப்பைப் பிரதிநிதித்துவப்படுத்தும் உறுப்பினர்களில் மூன்றில் இரு பங்கினரின் கருத்துப்படி அவர்களது மதத்தையோ மதத்தின் அடிப்படையிலான சமூக நடைமுறையையோ பாதிக்கும் படியான ஒரு மசோதா நிறைவேற்றப்படுமானால் அல்லது குடிகளின் அடிப்படை உரிமைகளைப் பொறுத்தவரை உறுப்பினர்களின் மூன்றில் ஒரு பங்கினர் மறுப்புத் தெரிவிப்பார்களானால், இந்த மசோதா அவையினால் நிறைவேற்றப்பட்டு ஒரு மாத காலத்திற்குள் அதற்கான தங்களது மறுப்புரையை இந்த உறுப்பினர்கள் அவைத்

தலைவரிடம் சமர்ப்பிக்க உரிமை உண்டு; அவைத் தலைவர் அந்த மறுப்புரையை, நேர்வைப் பொறுத்து கவர்னர் ஜெனரல் அல்லது ஆளுநருக்கு அனுப்பி வைப்பார்; உடனே அவர் ஓராண்டு காலத்திற்கு அந்த மசோதாவின் செயற்பாட்டை நிறுத்திவைப்பார்; அந்தக் காலம் முடியும்போது மேலும் பரிசீலனை செய்வதற்காகக் குறிப்பிட்ட மசோதாவைச் சட்டமன்றத்திற்குத் திருப்பி அனுப்புவார். சட்டமன்றம் இந்த மசோதாவை மேலும் பரிசீலனை செய்து முடித்து, அந்த மசோதாவுக்கான மறுப்புரையைக் கணக்கில் கொள்ளும் விதத்தில் அம்மசோதாவைத் திருத்தவோ மாற்றி அமைக்கவோ மறுத்துவிடும்போது, நேர்வைப் பொறுத்து, கவர்னர் ஜெனரல் அல்லது ஆளுநர் தமது விருப்புரிமையைச் செலுத்தி அம்மசோதாவுக்கு ஒப்புதல் அளிக்கலாம் அல்லது ஒப்புதல் அளிக்க மறுக்கலாம்; மேலும் இந்த மசோதா தங்களின் அடிப்படை உரிமைகளில் ஒன்றை மீறுவதாய் இருக்கிறது என்று காரணம் காட்டி, அதனால் பாதிக்கப்படுகிற வகைப் பிரிவைச் சேர்ந்த யாரேனும் இரு உறுப்பினர்கள் உச்ச நீதிமன்றத்தில் இந்த மசோதாவின் செல்லுபடித்தன்மைக்கு எதிராக வழக்குத் தொடுக்கலாம் என்று வகைசெய்யப்படுகிறது.

முஸ்லிம்களின் தனி உரிமைக் கோரிக்கைகள்

அ. வடமேற்கு எல்லைப்புற மாகாணமானது எல்லைப் புறத்தின் இடர்காப்பிற்கு அவசியமான தேவைகளை உரிய விதத்தில் கருத்தில்கொண்டு ஏனைய மாகாணங்களைப் போல் அதே அடிப்படையில் ஆளுநரின் மாகாணமாக அமைக்கப்படும்.

மாகாண சட்டமன்றத்தை அமைக்கும்போது நியமனங்கள் மொத்த அளவில் 10 சதவீதத்துக்கு மேற்படக் கூடாது.

ஆ. சிந்துவானது பம்பாய் மாநிலத்திலிருந்து பிரிக்கப்பட்டு, பிரித்தானிய இந்தியாவிலிருக்கும் ஏனைய மாகாணங்களை ஒத்தும் அதே அடிப்படையிலும் ஆளுநரின் மாகாணம் ஆக்கப்படும்.

இ. மையச் சட்டமன்றத்தில் முஸ்லிம் பிரதிநிதித்துவம் அவையின் மொத்த உறுப்பினர் தொகையில் மூன்றில் ஒரு பங்காக இருக்கும்; மையச் சட்டமன்றத்தில் அவர்களின் பிரதிநிதித்துவம் பின்னிணைப்பில் எடுத்துரைக்கப்பட்டுள்ள விகிதப்பங்கிற்குக் குறைவாக இருக்காது.

தாழ்த்தப்பட்ட வகுப்பினரின் தனி உரிமைக் கோரிக்கைகள்

அ. அரசமைப்பானது குடியியல் உரிமைகளை அனுபவிப்பது தொடர்பாக அரசின் எந்தவொரு குடிக்கு எதிராகவும் தீண்டாமை காரணமாய்ப் பிரதிகூலம் அல்லது ஊனம் ஏதும் சுமத்தப்படுவதற்கு அல்லது பாகுபாடு ஏதும் காட்டப் படுவதற்கு வழிசெய்யும் பழக்கவழக்கம் அல்லது மரபு எதனையும் செல்லாது என்று அறிவிக்கும்.

ஆ. அரசுப் பணிகளிலான ஆள் சேர்ப்பு தொடர்பாகவும் காவல் துறை மற்றும் இராணுவத் துறையில் ஆளெடுப்பைத் திறந்துவிடுவது தொடர்பாகவும் பெருந்தன்மையுடன் நடத்தப்படுதல்.

இ. பஞ்சாபில் தாழ்த்தப்பட்ட வகுப்பினர் அவர்களுக்குப் பொருந்தச் செய்யப்படும் பஞ்சாப் நில உடமை மாற்றுச் சட்டத்தின் நன்மையைப் பெறுவார்கள்.

ஈ. ஏதேனுமொரு நிர்வாக அதிகார அமைப்பு தாழ்த்தப்பட்ட வகுப்பினருக்குத் தீங்குசெய்தால் அல்லது அவர்களின் நலனைப் புறக்கணித்தால் அதற்குத் தீர்வு காண்பதற்காக கவர்னர் ஜெனரல் அல்லது தலைமை ஆளுனருக்கு மேல் முறையீடுசெய்ய உரிமை இருக்கும்.

உ. தாழ்த்தப்பட்ட வகுப்புகள் பின்னிணைப்பில் எடுத்துரைக்கப்பட்டுள்ள அளவுக்குக் குறையாமல் பிரதிநிதித்துவம் பெற்றிருக்கும்.

ஆங்கிலோ – இந்திய வகுப்பினரின் தனி உரிமைக் கோரிக்கைகள்

அ. ஆங்கிலோ இந்திய வகுப்பினரின் விசேஷ நிலைமையை அங்கீகரிக்கும் விதத்தில் போதுமான வாழ்க்கைத் தரத்தைப் பாதுகாப்பதை அவசியம் எனக் கருதி அரசு வேலை வாய்ப்புக்கான கோரிக்கைக்குத் தனிக் கவனம் செலுத்தப் படுகிற விதத்தில் உட்குழு எண் (பணிகள்) ஏற்றுக்கொண்டுள்ள உரிமைக் கோரிக்கைகளுக்குப் பெருந்தன்மையான முறையில் விளக்கம் அளிக்கப்படும்.

ஆ. அமைச்சரின் கட்டுப்பாட்டுக்கு உட்பட்டுத் தம் சொந்தக் கல்வி நிறுவனங்களை, அதாவது ஐரோப்பியக் கல்வியை நிர்வகிப்பதற்கும் அவற்றின் மீது கட்டுப்பாடு செலுத்துவதற்குமான உரிமை.

தாராளமான, போதுமான மானிய உதவிகளுக்கும் இப்போதுள்ள மானியங்களின் அடிப்படையில் கல்வி உதவித் தொகைக்குமான வழிவகைகள்.

இ. சட்ட முறைப்பாட்டையும் மரபு வழியையும் நிரூபிக்க வேண்டுமென்ற நிபந்தனையில்லாமல் இந்தியாவில் ஏனைய வகுப்புகள் அனுபவிப்பதற்கு நிகரான சான்றாய் உரிமைகள், குற்றஞ்சாட்டப்பட்டவர்கள் ஐரோப்பியச் சான்றாயம் அல்லது இந்தியச் சான்றாயத்தின் மூலம் விசாரிக்கப்படுவதற்கு கோரிக்கை வைக்கும் உரிமை.

ஐரோப்பிய வகுப்பினரின் தனி உரிமை கோரிக்கைகள்

அ. தொழில் துறை மற்றும் வர்த்தகத் துறை நடவடிக்கைகள் அனைத்திலும் இந்தியாவில் பிறந்த குடிகள் அனுபவிப்பதற்கு நிகரான உரிமைகளும் சலுகைகளும்.

ஆ. குற்றவியல் வழக்கு விசாரணைகளின் நடைமுறை தொடர்பாக இப்போதிருக்கும் உரிமைகளை நீடிக்கச்செய்தல்; இத்தகையதொரு நடைமுறையைத் திருத்துவதற்கோ மாற்றுவதற்கோ சீரமைப்பதற்கோ எடுக்கப்படும் எந்த நடவடிக்கை அல்லது மசோதாவும் கவர்னர் ஜெனரல் முன் ஒப்புதல் இல்லாமல் கொண்டுவரப்பட முடியாது.

ஒப்புக்கொண்டவர்கள்:

மேன்மைதங்கிய ஆகாகான் (முஸ்லிம்கள்)

டாக்டர் அம்பேத்கர் (தாழ்த்தப்பட்ட வகுப்புகள்)

ராவ்பகதூர் பன்னீர்செல்வம் (இந்தியக் கிறித்தவர்கள்)

சர் ஹென்றி கிட்னி (ஆங்கிலோ – இந்தியர்கள்)

சர் குபர்ட் ஹார் (ஐரோப்பியர்கள்)

5

அரிஜனத் தலைவர்கள்

மாலையில் சென்னை மாநகரைச் சேர்ந்த தாழ்த்தப்பட்டோர் சம்மேளன நிருவாகக் குழு உறுப்பினர்களுக்கு காந்திஜி பேட்டியளித்தார். காந்தியடிகளைச் சந்தித்தவர்களில் ராவ்பகதூர் சீனிவாசன் ஒருவர். இவர் தென்னாப்பிரிக்காவில் காந்திஜி இருந்த காலத்திலேயே அவருடன் தொடர்பு கொண்டவர்.

பின்னர் இலண்டன் வட்டமேசை மாநாட்டில் தாழ்த்தப் பட்டவர்களின் பிரதிநிதியாகச் சென்று காந்தியடிகளுக்கு எதிராக வாதாடியவர்; 1932இல் எரவாடா சிறையில் அண்ணல் உண்ணா நோன்பு மேற்கொண்டபோது ஏற்பட்ட உடன்படிக்கையைத் தயாரித்த முக்கிய தலைவர்களில் ஒருவர். இவரும் ராவ்சாகிப் வி. தர்மலிங்கம் பிள்ளை, சுவாமி சகஜானந்தம், திருவாளர்கள் பி.வி. இராஜகோபால் பிள்ளை, வி.கே. புஷ்பராஜ், எச்.எம். ஜகன்னாதன் ஆகியோரும் மற்றும் சிலரும் தான் காந்தியடிகளைச் சந்தித்து உரையாடியவர்கள். அப்போது இவர்களுடைய சார்பாக, ராவ்பகதூர் சீனிவாசன் காந்தியடிகளிடம் கொடுத்த அறிக்கையில், "பூனா உடன்படிக்கை நேர்மையாக அமுல் நடத்தப்பட வேண்டும். தேர்தலில் நிறுத்தப்படும் தாழ்த்தப்பட்ட அபேட்சகர்கள் உண்மையிலேயே தாழ்த்தப்பட்ட மக்களின் பிரதிநிதிகளாக இருக்க வேண்டும். அரிஜனங்கள் முன்னேற்றத்திற் காக, அரசாங்கம் இயற்றும் சட்டங்களைச் சரிவர அமுல் நடத்துவதில் அரிஜன சேவா சங்கம் ஒத்துழைக்க வேண்டும்" என்று இவர்கள் கேட்டுக்கொண்டனர்.

காந்திஜியிடம் பெரு மதிப்பு

இவர்கள் காந்திஜியின் கருத்துடன் மாறுபடக் கூடியவர்களாயினும் அவரிடம் தனிப்பட்ட முறையில் எவ்வளவு பெருமதிப்பு வைத்திருந்தனர் என்பதை இவர்கள் காந்திஜியைச் சந்தித்த நிகழ்ச்சியே உள்ளங்கை நெல்லிக் கனிபோல் எடுத்துக் காட்டிற்று.

மகாத்மாஜி தமது மாலை உணவை அருந்தி முடித்தார். இவர்களும் வந்துவிட்டார்கள். "வாருங்கள் ராவ்பகதூர்" என்று காந்திஜி புன்முறுவலோடு ராவ்பகதூர் சீனிவாசனை அழைத்து "உங்களுக்கு நாற்காலி போடச் சொல்லட்டுமா?" என்று கேட்டார்.

ஆனால் சீனிவாசனோ எல்லோருடனும் சேர்ந்து சமக்காளத்தில் உட்காருவதையே விரும்புவதாகக் கூறிவிட்டார். சுவாமி சகஜானந்தாவும் புஷ்பராஜும் கீழே சாஷ்டாங்கமாக விழுந்து தெண்டனிட்டார்கள்; மற்றும் சிலர் காந்திஜியின் காலைத் தொட்டு வணங்கினார்கள். இவர்களுடைய விண்ணப்பத்தில், தாழ்த்தப்பட்டோரை அரிஜனங்கள் என்று நீங்கள் அழைக்கத் தொடங்கியபோது அவர்களைக் கலந்தாலோசிக்கவில்லை. அரிஜனங்கள் என்று அழைக்கப் பெறுவதற்காகச் சில அரிஜனங்கள் வருந்துகின்றனர்", என்று குறிப்பிடப் பெற்றிருந்தது.

அரிஜன் என்ற பெயர் ஏன்?

இதற்கு காந்திஜி பதில் அளித்தபோது, "திக்கற்றவருக்குத் தெய்வமே துணை" என்ற தமிழ்ப் பழமொழி அவருடைய உள்ளத்தை எவ்வளவு ஆழமாகத் தொட்டிருந்தது என்பது தெளிவாகத் தெரிந்தது.

"தாழ்த்தப்பட்டவர்களை நான் கலந்து ஆலோசிக்கவில்லை என்று நீங்கள் கூறுகிறீர்கள். ஆனால் அவர்கள் என்னைக் கலந்து ஆலோசித்தார்கள். அதுதான் முக்கியம்" என்று அவர் சொன்னபோது எல்லோரும் சிரித்துவிட்டார்கள். அவர் மேலும் சொன்னார்: உண்மையில் இந்தப் பெயர் நான் சூட்டியதல்ல.

"என்றென்றுமே எங்களைக் கீழானவர்களாக வைத்திருக்கும் எந்தச் சொல்லினாலும் எங்களை அழைக்காதீர்கள். தாழ்த்தப் பட்டவர்கள் என்ற சொல் எங்களை அடிமைகளாக்குகிறது" என்று தீண்டாதோர் ஒருவர் என்னிடம் கூறினார். அவர் கூறியது சரியே. "வேறு ஒரு பெயரும் என் யோசனைக்கு வரவில்லை; நீங்கள் ஏதாவது ஒரு பெயரைச் சொல்வீர்களா?" என்று நான் அவரைக் கேட்டேன். அப்போது தான் அவர் அரிஜன் என்ற பெயரைக் கூறினார். நரசிம்ம மேத்தா – ஒரு குஜராத்திக் கவி – தீண்டாதாரை இந்தப் பெயர் கொண்டழைத்ததாகவும் சொன்னார். உடனே இது எனக்குச் சரியாகத் தோன்றிற்று. திக்கற்றவருக்குத் தெய்வமே துணை என்ற தமிழ்ப் பழமொழியையும் நான் அறிவேன். அரிஜன் என்ற சொல்லே அந்தப் பழமொழியின் கருப்பொருள் தானே. யார் ஒதுக்கப்பட்டவர்களோ, புறக்கணிக்கப் பட்டவர்களோ அவர்கள்தான் ஆண்டவனின் செல்லப் பிள்ளைகள். தாழ்த்தப்பட்டவர்களுக்கு அரிஜன் என்ற பெயரை நாம் சூட்டும்போது அது இந்தப் பொருளைத்தான் கொடுக்கிறது."

ஆலயப் பிரவேசம்

ஆலயப் பிரவேசத்தைப் பற்றி அவர்களுடைய மனுவில் கீழ்க்கண்டவாறு கூறப்பெற்றிருந்தது, "ஆலயப் பிரவேசத்தை நாங்கள் எதிர்க்கவில்லை. ஆனால் நாசிக்கிலும் மற்றும் சில இடங்களிலும் நாங்கள் அடைந்துள்ள அனுபவத்தைப் பார்க்கும்போது, இந்த இயக்கத்தில் தீவிரமான பங்குகொள்வது விரும்பத்தக்கவல்லவென்று தோன்றுகிறது. எங்களுக்கு ஆலயங்கள் திறந்துவிடப்பெற்றால் நாங்கள் விரும்பும்போது, எங்களுடைய வசதிப்படும்போது, ஆலயப் பிரவேசம் செய்வோம். இந்த யோசனையை காந்திஜி ஏற்றுக்கொண்டார்.

"ஆலயப் பிரவேச இயக்கத்தில் அரிஜனங்கள் பங்குகொள்ள வேண்டுமென்று நான் அழைக்கவில்லை. சாதி இந்துக்களுக்கு ஆலயத்தில் எந்த அளவு உரிமை உண்டோ அந்த அளவு உரிமை உங்களுக்கும் உண்டு.

அந்த உரிமை அங்கீகரிக்கப்பட வேண்டும் என்பது தான் முக்கியம். நீங்கள் அதை ஏற்கலாம் அல்லது ஏற்காமலிருக்கலாம் என்றார் அவர்.

குடிகாரர் யார் யார்?

"எத்தனையோ சாதிக்காரர்கள் குடிக்கிறார்கள். ஆனால் தாழ்த்தப்பட்டோர் மட்டும் குடிக்கிறார்கள் என்று கூறுவது நியாயமில்லை", இவர்கள் தங்கள் மனுவில் கூறியிருந்த மற்றொரு புகார் இது. அதற்குக் காந்திஜி சொன்னார்: "மற்ற சாதியினரிடமும் குடிப்பழக்கம் இருக்கிறதென்பது எனக்குத் தெரியும். ஆனால் எவ்வளவோ சிரமப்பட்டு முன்னேற வேண்டிய பிற்போக்கான நிலையில் உள்ள அரிஜனங்களுக்கு இது கட்டுப்படியாகாது. ஆகையால் குடிப்பழக்கத்திற்கு விலகி ஒதுங்கவேண்டிய பொறுப்பு இவர்களுக்கே அதிகம். நான் அவர்களுடைய குடிப்பழக்கத்தை அகற்ற எத்தனையோ ஆண்டுகள் எவ்வளவோ பாடுபட்டிருக்கிறேன். ஆகையால் தயவுசெய்து என்னுடைய சுதந்திரத்திற்கு வேலிகட்டி விடாதீர்கள். யாருடைய மனதையும் புண்படுத்தக்கூடிய எந்த சொல்லையும் நான் சொல்லமாட்டேன்." இந்த தூதுக் குழுவிடம் காந்திஜி மறுமொழி அளித்தபோது தீண்டாமை சாகுந்தருவாயில் இருக்கிறது. அது ஒரு அரக்கனாக இருப்பதால் இன்றும் உயிர் துடித்துக் கொண்டிருக்கிறது. ஆனால் அது இப்போது விடும் மூச்சு இறுதி மூச்சுதான் என்று கூறினார்.

(தமிழ்நாட்டில் காந்தி – அ.ராமசாமி, காந்தி நூல் வெளியீட்டு கழகம்)

6

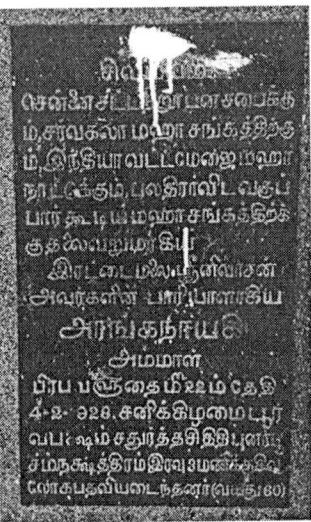

சென்னை ஓட்டேரி இடுகாட்டில் அமைந்திருக்கும் இரட்டைமலை சீனிவாசனின் மனைவி அரங்கநாயகி அம்மாள் புதைக்கப்பட்ட இடத்தில் பதிக்கப்பட்டிருக்கும் கல்வெட்டுகள்.